ANG SERYE SA
PAGIGING ANAK:

Ang Pundasyon

JESSICA ONSAGA

Ang seryeng ito ay alay sa mga anak ng Diyos na magsasabi ng "OO" kay Yahweh kahit ano pa ang halaga. Nawa'y tulungan ka ng mga aklat na ito na lumago sa pagka-anak at kapanahunan sa iyong paglakad kasama ni Kristo.

Ang Serye sa Pagiging Anak: Ang Pundasyon
Jessica Onsaga
Ang Serye sa Pagiging Anak: Ang Pundasyon Karapatang-ari © 2024

Inilathala ng Seraph Creative

www.seraphcreative.org

TALAAN NG MGA NILALAMAN

PAUNANG SALITA

Ang Ebanghelyo ay ang kapangyarihan ng Diyos sa kaligtasan

Sa mundong Kristiyano maraming mga ministeryo, pamamaraan at mga pamamaraan kung paano ka matutulungang maging ganap na, gumaling at maabot ang mga pangako ng kaligtasan. Marami sa mga ito ay mahusay na mga ministeryo, at ginagampanan ng mga karampatang Kristiyano na may mabuting puso. Gayunpaman, tanging ang pakikinig, pag-unawa at paniniwalang Ebanghelyo lamang ang may kapangyarihang baguhin ang iyong pagkatao. Tanging ang natapos na gawain ni Kristo ang makapagbibigay at makapagpapanatili ng pagbabagong buhay.

Kung ang sinumang tao ay na kay Kristo, sila ay isang bagong nilalang

Ang mas mahalaga kaysa sa ministro o pamamaraan ay ang pag-unawa sa kung sino ka kay Kristo. Sino ang ipinagdarasal? Sino ang ipinapropesiya? Sino ang gumagawa ng 'digmaang espirituwal'?

Ikaw ba ay isang Kristiyano sa Lupa, na tumitingin sa Diyos sa Langit para sa tulong? Kung naniniwala ka, kakailanganin mo ang mga ministeryo, mga pari at ang 'susunod na hakbang' ng Diyos upang magdala at mapanatili ang pagbabago sa iyong buhay. Gayunpaman, kung alam mong ikaw ay isang bagong nilalang - isang Anak ng Diyos, itinaas at naupo sa mga makalangit na lugar, na natanggap na ang lahat ng kailangan mo para sa buhay at kabanalan - kung gayon ang lahat ng ministeryo ay tumutulong lamang sa iyo na matanto at palayain kung ano ang mayroon na sa iyo - sa anumang lugar ng iyong buhay.

Mas mabuti pa, kapag napagtanto mo na ang sagot sa iyong panalangin ay naibigay na sa iyo sa kaligtasan at nasa loob na, maaaring hindi mo na kailangan ang ministeryo. Sa halip, mabubuhay ka sa realidad ng iyong bagong nilikha mula sa direktang kaugnayan mo sa Diyos Mismo!

(Kung hihinto tayo sa paghiling sa Diyos na gawin ang Kanyang nagawa na at hihinto sa paghiling sa Kanya na gawin ang ipinagagawa niya sa atin - karamihan sa ating buhay panalangin ay matatapos na).

Sila na nakapasok sa kapahingahan ni Kristo ay huminto sa kanilang mga pagsisikap at mga gawa

Ang pagbabago ng buhay ng isang tao upang maging higit na katulad ni Kristo ay isang kapahingahan. Ang kapahingahan ay ang ideya ni Hesus, ang natapos na pagbabayad ni Hesus at ang patuloy na gawain ni Hesus sa iyo ang nagbabago sa iyo - espiritu, kaluluwa at katawan. Gaano karaming pag-aayuno, gaano karaming pagsasaulo ng bibliya, ilang pagpupulong sa panalangin ang kailangan mong gawin upang maging katulad ni Kristo?! Ito ay imposible para sa amin, at sa gayon, ito ay isang kamangha-manghang regalo. Isang regalo ng persona ni Hesukristo na nabubuhay sa loob mo.

Narito ang serye ng mga libro upang gisingin ka sa kamangha-manghang katotohanan ng kung ano ang natanggap mo na. Habang nagbabasa ka, gagawin ng Banal na Espiritu ang gawain upang tulungan kang makita, maniwala at mamuhay sa lahat ng Kanyang ipinangako (at sa gayon, ay sa iyo na - ikaw na!)

Tandaan, ang Diyos ang dahilan upang ikaw ay magnais at kumilos ayon sa Kanyang mabuting layunin. Ang tanging tungkulin lang natin ay sabihing, "Opo Panginoon. Maging sa akin ayon sa iyong salita."

Mula sa Kaluwalhatian hanggang sa Kaluwalhatian
Chris Blackeby

PANIMULA

Maligayang pagdating sa Ang Serye sa Pagiging Anak! Aking kagalakan at karangalan na makasama sa paglalakbay na ito ng pagtuklas ng higit pa tungkol sa Diyos kasama ka. Lumaki ka man sa simbahan o ngayon mo lang nalaman ang tungkol kay Hesus, marami pa tayong matututunan at matutuklasan tungkol sa Diyos. Ang serye ng mga aklat na ito ay isinulat para sa mga gutom sa higit pa at handang lumampas sa kanilang mga kahon at ideya. Karamihan sa mga tao ay maaaring sumang-ayon na ang Diyos ay mas malaki kaysa sa ating mga maliit na utak... ngunit sa ilang kadahilanan, maraming tao ang ayaw tumingin sa kabila ng komportableng kahon ng kanilang teolohiya. Kung sasandal ka sa tinatalakay ng mga aklat na ito, dadalhin ka ng seryeng ito sa isang pakikipagsapalaran sa pagtuklas sa Diyos at pag-aaral kung paano lumago ang iyong relasyon at pagkakakilanlan sa Kanya. Ako ay magiliw tungkol sa pagtulong sa katawan ni Kristo na umibig kay Hesus at lumakad sa pagiging anak, at gagawin iyon ng mga aklat na ito kung hahayaan mo sila! Kung makapagsalita ang Diyos sa pamamagitan ng isang asno...sigurado akong makakausap ka Niya sa seryeng ito.

Sa buong mga aklat na ito, layunin kong sipiin ang simpleng ngunit makapangyarihang mga konsepto upang tayo ay makapanumbalik sa ating paglalakbay kay Jesus. Ang unang aklat na ito, ang Pundasyon, ay ang teolohikal na pundasyon para sa natitirang bahagi ng serye at nagpapaliwanag kung paano magkaruon ng isang dalawang-daan na pagkakaibigan kay Bathala. Kinakailangan basahin ang aklat na ito nang una upang handa kang tumanggap ng mga itinatalakay ng natitirang serye. Ang Ikalawang Aklat, Paglaki sa Pagiging Anak, ay sumusuri kung paano maging isang anak ng Diyos sa lupa at maging ganap sa ating relasyon kay Yahweh. Ang Ikatlong Aklat, Pagiging Buo, ay isang aklat na hugis-kuwaderno ng pagsasanay na tumatalakay sa mga sugat ng ating kaluluwa (na nagbabawal sa atin na maglakad sa kung ano ang mayroon si Bathala para sa atin). At sa wakas, ang Ika-apat na Aklat, Pagpapalaganap ng Kapangyarihan, ay nag-uusap tungkol sa paglalakad sa kapangyarihan at awtoridad na ibinigay sa atin ni Bathala sa pamamagitan ng intimacy at relasyon sa Kanya. Gusto ko lang banggitin na magiging maganda kung ang mga Aklat 1-3 ay mabasa bago ang pagbasa ng ika-apat at huling aklat (Pagpapalaganap ng Kapangyarihan). Kung magmamadali kang pumunta sa "masayang bahagi" sa aklat 4, hindi mo magkakaroon ng kinakailangang pundasyon upang tanggapin at lakaran ang "masayang bahagi" na aking tinalakay.

Lahat ng isinulat ko sa mga aklat na ito ay layunin na tulungan kang magsimula ng usapan kay Yahweh at maglalim sa Kanya. Hindi ko babanggitin ang bawat bersikulo o buong ipinaliliwanag ang bawat paksa na isinusulat ko. Ito ay may layunin at isinasalaysay. Kung buong buo kong ipinaliliwanag ang lahat, karamihan sa mga tao ay masisiyahan lamang na magkaruon ng karagdagang kaalaman sa ulo kaysa dalhin ang impormasyon kay Hesus. Upang maiwasan ito, ang layunin ko sa mga aklat na ito ay bigyan ka lamang ng kaunting lasa, isang panghimagas na sapat upang magutom ka, upang pumunta ka kay Jesus na may mga bagay na ito. Si HESUS ang aming pinagmumulan. SIYA ang tagapagpagaling, at ang Kanyang katotohanan ang nagbabago ng ating kaluluwa. Ang mga salita sa seryeng ito ay magiging karagdagang kaalaman sa ulo lamang kung hindi mo pahihintulutan si HESUS na ipakita sa iyo ang pag-unawa sa puso tungkol sa kanila. (Aking tinutukoy ang kaalaman sa ulo bilang alinman sa iyong natutunan tungkol kay Hesus ngunit hindi tunay na alam o naniniwala sa iyong puso/kaluluwa.) Hindi umaabot ang kaalaman sa ulo sa mga malalim na damdamin at paniniwala ng kaluluwa. Hindi tayo nilikha para mabuhay mula sa kaalaman. Nilikha tayo para mamuhay sa RELASYON sa buong bahagi ng Diyos. At sa pamamagitan ng relasyon sa kanila, binabago natin ang ating mga isipan at kalakaran natin ang ating mga buhay. Ito ang pinakamahalaga para sa sinumang mananampalataya - ang matutunan ang mamuhay na iisa sa Diyos at mula sa Kanya. Kaya, kapag ipinaliliwanag ko ang mga bagay sa seryeng ito, umaasa ako na bibigyan kita ng sapat na impormasyon upang pumunta kay Jesus at tanungin Siya tungkol dito. Pagkatapos nito, maari nang salain ni Hesus ang sinasabi ko at ipaliwanag kung paano ito nauugma sa iyong espesyal na kalagayan.

Ang mga paksa sa aklat at seryeng ito ay mula sa aking paglalakbay kasama si Hesus. Ang mga bagay na aking ibinabahagi ay natutunan sa pamamagitan ng malupit na sakit at pagsubok - o nagmula sa aking tahimik na panahon kasama si Bathala. Habang sinusulat ko ang seryeng ito, sa karamihan ng oras, itutuloy ko nang direkta at maikli. Sa personal kong opinyon, hindi ako interesado sa maraming walang kabuluhang palabok, at gusto kong diretsuhin ang punto kapag nagtuturo, kaya't natural na gayon ang mga aklat na ito. Sila ay intensibo at mayaman sa sustansiya, kaya't kailangan nilang unti-unting masustansya. Makakakuha ka ng pinakamarami mula sa mga aklat na ito sa pamamagitan ng pagbabasa ng mga ito ng ilang beses at sa pamamagitan ng pagtigil upang makipagusap kay Jesus tuwing may bagay na umuusbong sa iyo. Pabayaan Siyang magsalita sa iyo, ang mga aklat na ito ay tanging isang trampolin para sa pakikipag-usap sa Kanya tungkol sa mga pinagtatalunan.

Ako'y naniniwala na mayroong napakalupit na mga panahon sa harap, at iyon din ang dahilan kung bakit ako sumusulat ng seryeng ito. Hindi ko nais na madaya o manghina ka kapag nagiging mahirap ang buhay. Umaasa ako na ang mga aklat na ito ay makatutulong sa iyo na manatiling matibay sa Katotohanan sa panahon ng dilim. Sa kabila ng mga darating, may kumpiyansa ako na magkakaroon ng pinakamalaking pag-ulan ng Espiritu ng Diyos sa lupa. Ito'y tunay na mga panahong puno ng kapanabikan! Ang buong Langit ay nagmamasid nang buong kasamang abala para sa pag-usbong na ito. Wala kang dapat katakutan. Ito ang panahon ng paghahayag ni Hesus Kristo. Kaya't inaanyayahan kita na magtitiwala nang buong-buo kay Hesus. Ibigay mo sa Kanya ang iyong hindi matitinag na OPO. Ang pinakamaganda ay darating pa!

ANG MAGANDANG BALITA!

Ang Ebanghelyo. Talagang magandang balita ito! Ito rin ang pundasyon para sa Maikling-Mistikong Serye. Ang kuwento ng ebanghelyo ay kung ano ang itinatayo ng lahat ng iba pa. Ang pinaniniwalaan natin tungkol sa ebanghelyo, ang Diyos, at kung sino tayo ay nakakaapekto sa bawat aspeto ng buhay. Kaya, dito tayo dapat magsimula.

Ipinanganak ako sa relihiyon, at alam ko kung paano mahusay na laruin ang laro nito. Kahit bilang isang bata, palagi kong minamahal ang Diyos, ngunit ako ay natigil sa isang napakalayo, pagsunod sa aking mapagmahal na panginoon, uri ng relasyon sa Kanya. Noong 16 anyos ako, nabaligtad ang relihiyosong mundo ko sa isang kampo ng taglamig. Nakilala ko si Hesus sa unang pagkakataon sa pansarili na paraan. Ang aking lumang paradigma ng relihiyon ay sumabog, at sinimulan ko ang aking walang hanggang paglalakbay ng pagtuklas sa kadakilaan ni Yahweh at ang aking pagkakaisa sa Kanya. Nakikita ko na ngayon na itinuro sa akin ng relihiyon ang isang baluktot at baluktot na ebanghelyo, kaya linawin natin ang isang bagay.

Ganito ko halos ibuod ang "ebanghelyo" na itinuro sa akin ng relihiyon:

Sinabi sa akin na mayroong isang makapangyarihan-sa-lahat, lumikha na Diyos at na Siya ay napakabuti, banal, at makatarungan. Ginawa Niya ang lahat at binigyan sina Adan at Eva ng isang simpleng tuntunin. Nilabag nila ang simpleng tuntunin, at ang buong sangkatauhan ay napahamak dahil sa orihinal na dalawang tao na sumuway. Dahil sa kabanalan ng Diyos, hindi

Siya maaaring nasa tabi ng kasalanan. Ang mas masahol pa, ang mga tao ay kailangang parusahan para sa kanilang mga kasalanan sa pamamagitan ng walang hanggang kapahamakan. Ngunit mahal na mahal tayo ng Diyos kaya't ipinadala Niya ang Kanyang bugtong na Anak, si Hesus, upang mamatay para sa ating mga kasalanan upang tayo ay maligtas mula sa poot at parusa ng Diyos. Si Hesus ay dumating bilang isang sakripisyong tupa upang kunin ang poot at parusang nararapat sa atin. Siya ay dumating sa lupa bilang isang sanggol, nabuhay, at pinatay. Pagkatapos si Hesus ay muling nabuhay pagkaraan ng tatlong araw mula sa mga patay, na nagwagi laban sa kasalanan! Kung naniniwala ka kay Hesus, maliligtas ka sa impiyerno. Ngunit ang kaligtasang iyon mula sa kasalanan ay hindi talaga nagsimula hanggang sa ikaw ay namatay dahil ikaw ay palaging nananatili sa kasalanan sa panahon ng iyong oras dito sa lupa. Itinuturo ng relihiyon na dapat nating subukan ang ating makakaya na huwag magkasala at maging "mabubuting Kristiyano" habang nasa lupa hanggang sa wakas ay mamatay tayo at mapunta sa Langit...o kailangan nating subukan ang ating makakaya na huwag magkasala at maging "mabuti mga Kristiyano" hanggang sa bumalik si Hesus, alinman ang mauna.

Naniwala ako sa ebanghelyong ito. Itinuro ko ang ebanghelyong ito. Nagpunta ako sa pinto sa pinto sa paggawa ng ebanghelismo sa ebanghelyong ito. At mali ako...sobrang mali. Kinailangan ng mga taon ng pagkakalas para makalusot si Hesus at ipakita sa akin kung gaano ako mali. At ipagpalagay ko na marahil ay tinuruan ka ng katulad na ebanghelyo at nagkaroon ng parehong mga damdamin. Kaya una, hihimayin ko ang ilan sa ebanghelyo ng relihiyon at patutunayan kung bakit ito mali. Pagkatapos, ibabahagi ko ang ebanghelyo ayon sa mga banal na kasulatan. Dalangin ko na patuloy mong suriin ang mga itinuro sa iyo at subukan ito laban sa Bibliya upang makita kung paano ito nananatili.

Alamat 1:

Ang kabanalan ng Diyos ay hindi maaaring nasa paligid ng kasalanan.

MALI! MAAARI ang Diyos sa paligid ng kasalanan. ANG DIYOS dumating upang sumama kay Adan sa halamanan pagkatapos niyang magkasala, at si ADAN ang nagtago. Paulit-ulit sa mga banal na kasulatan, ang DIYOS ay bumaba upang makasama ang mga taong makasalanan bago pa man dumating si Hesus upang harapin ang kasalanan. Ang tanging talatang makikita kong sumusuporta sa alamat na ito ay:

Habakkuk 1:13 (Amp.) "Ang iyong mga mata ay napakalinis upang sumang-ayon sa kasamaan, At hindi ka makatingin sa kasamaan. Kung gayon, bakit mo tinitingnan ang mga gumagawa ng kataksilan?" [Aking binigyang diin]

Kahit sa dulo ng talata, inamin ni Habakkuk na tinitingnan ng Diyos ang kasalanan. Ang Diyos ay banal, makatarungan, at mabuti. Lahat ng ito ay totoo! Ito ay naiiba lamang sa kung paano ako itinuro. At ang Kanyang kabanalan ay hindi Siya inilalayo sa atin. Nangako ang Diyos na hindi tayo iiwan o pababayaan. Iyan ay isang pangako na ibinibigay nang maraming beses sa iba't ibang mga aklat ng Bibliya.

At pag-usapan natin kung ano ang kasalanan. Maraming debate tungkol sa kasalanan sa mga relihiyosong grupo. Alam natin mula sa Bibliya na ang kasalanan ay isang pamamanang termino para sa pagkamintis ng patamaan. At alam natin na ang kabayaran ng kasalanan ay kamatayan. Ngunit ano ang ibig sabihin nito? Ilalarawan ko ang kasalanan bilang ANUMANG paghihiwalay kay Yahweh. Siya mismo ang BUHAY, kaya ang anumang paghihiwalay sa buhay ay katumbas ng kamatayan. Kaya nga sinabi ni Jesus na kasalanan ang magkaroon ng pagpatay sa ating mga puso kahit na hindi pa natin ito nagagawa. Ang mga nakamamatay na kaisipan na pinahihintulutan natin ay nagpapakita na ang bahagi ng ating puso ay hiwalay sa Buhay Mismo. Ipinakikita nito na ang bahagi ng ating puso ay sumusuko sa isang kasinungalingan at ang kasunduang iyon ay nagdudulot ng kamatayan sa atin. Ang pagpatay sa ating puso ay kasalanan dahil ito ay nagiging sanhi ng paghihiwalay kay Yahweh. Kaya, MAAARING nasa paligid natin ang Diyos at ang ating kasalanan, ngunit TAYO ang nagtatago sa Diyos dahil inilalantad ng Kanyang liwanag ang ating paghihiwalay at sakit.

Alamat 2:

Dahil ang Diyos ay makatarungan, kailangan nating maparusahan sa ating mga kasalanan. Bumaba si Hesus upang kunin ang ating kaparusahan at pawiin ang poot ng Diyos.

MALI! Napakaraming baluktot na bagay tungkol dito. Ang poot ng Diyos ay posibleng ang pinaka hindi nauunawaang katangian ng Diyos. Walang mga talata na nakita kong sumusuporta sa ideya na ibinuhos ng Diyos ang Kanyang galit kay Hesus. May mga talata tungkol sa paglalagay ng Diyos ng mga kasalanan ng mundo kay Hesus, ngunit ito ay ibang-iba sa galit ng Diyos na ibinubuhos. KUNG totoo ang pahayag na ito, nagbago ang DIYOS sa kaganapan ng krus. Siya ay puno ng galit, at ngayon Siya ay diumano'y napatahimik dahil sa krus. (Hindi bababa sa hanggang sa huling mga panahon, pagkatapos Siya ay magalit muli.)

> Hebreo 13:8 (BSB) "Si Hesu-Kristo ay siya ring kahapon at ngayon at magpakailanman."

> Hebreo 1:3 (TPT) "Ang Anak ay ang nakasisilaw na ningning ng kaningningan ng Diyos, ang eksaktong pagpapahayag ng tunay na kalikasan ng Diyos ang Kanyang kapareho ng imahe"!

Tandaan: Kung nagbago ang Diyos sa krus, kung gayon hindi Siya katulad kahapon, ngayon, at magpakailanman.

At pag-usapan natin ang ideya ng parusa na ito. Ang parusa ay hindi nakakatulong sa atin o nagdudulot ng pagbabago. Sinasabi sa salita na si Hesus ay naparito para sa mga bulag, sa mga maysakit, at sa mga nawawala. Ang parusa ay hindi kailanman makapagpapatingin sa isang bulag o sa isang taong may sakit. Kailangan namin ng kabuuang pagbabago at tagapagligtas, HINDI parusa.

> Lucas 19:10 (BSB) "Sapagkat naparito ang Anak ng Tao upang hanapin at iligtas ang nawawala."

> Juan 3:17 (BSB) "Sapagka't hindi sinugo ng Diyos ang kaniyang Anak sa sanlibutan upang hatulan ang sanlibutan, kundi upang iligtas ang sanlibutan sa pamamagitan niya." [Aking binigyang diin]

> 2 Mga Taga-Corinto 5:19 (Amp.) "iyon ay, na ang Diyos ay kay Kristo na pinagkasundo ang mundo sa Kanyang sarili, hindi ibinibilang ang kasalanan ng mga tao laban sa kanila [kundi kinansela sila]."

Alamat 3:

Kung naniniwala kang namatay si Hesus at muling nabuhay, maliligtas ka sa impiyerno. Gayunpaman, dito sa lupa, palagi kang mananatili sa kasalanan hanggang sa mamatay ka.

MALI! Gaano kawalang kapangyarihan si Hesus kung maililigtas lamang Niya tayo sa kasalanan PAGKATAPOS nating mamatay? Walang mga talatang sumusuporta sa ideya na tayo ay mananatili sa kasalanan (mga makasalanan) hanggang kamatayan. Kung ito ay totoo, kung gayon ang KAMATAYAN ay magpapalaya sa atin mula sa isang mundong puno ng kasalanan patungo sa mga bisig ni Jesus! Si Jesus ay hindi naghihintay na tayo ay mamatay upang tayo ay mamuhay ng masaganang buhay lamang sa Langit. Sa halip, ang Bagong Tipan ay PUNO ng mga talatang tumatalakay sa ating pagbabago tungo sa isang bagong nilikha.

> 2 Mga Taga-Corinto 5:17 (Amp.) "Kaya kung ang sinuman ay na kay Kristo [iyon ay, inihugpong, na naugnay sa Kanya sa pamamagitan ng pananampalataya sa Kanya bilang Tagapagligtas], siya ay isang bagong nilalang [nabuhay ng muli and nanumbalik sa pamamagitan ng Banal na

Espiritu; ang mga lumang bagay [ang dating moral at espirituwal na kalagayan] ay lumipas na. Masdan, ang mga bagong bagay ay dumating [sapagkat ang espirituwal na paggising ay nagdudulot ng bagong buhay]."

Colosas 1:13 (Amp.) "Sapagkat iniligtas niya tayo at inilapit tayo sa Kanyang sarili mula sa kapangyarihan ng kadiliman, at inilipat tayo sa kaharian ng Kanyang minamahal na Anak"

1 Juan 4:17 (Amp.) ". dahil kung paano Siya, gayon din tayo Sa mundong ito."

AYAW ng ebanghelyo ng relihiyon na tayo ay naglalakad na parang si Hesus. Ang relihiyon ang nagdadala ng kamatayan, hindi ng buhay. Kaya, ang ebanghelyo ng relihiyon ay kailangang magkaroon lamang ng sapat na katotohanan dito upang maging totoo ngunit sapat na mga kasinungalingan para panatilihin tayong nakagapos at walang kapangyarihan.

Panghuli, walang mga talatang sumusuporta sa ideya na ang Langit ay nagsisimula kapag tayo ay namatay. Sa halip, ito ang sinasabi ng Bibliya na ang buhay na walang hanggan ay...

Juan 17:3 (BSB) "Ngayon ito ang buhay na walang hanggan, na makilala ka nila, ang iisang TUNAY na Diyos, at si Hesu-Kristo na iyong sinugo."

Ang buhay na walang hanggan ay magsisimula sa sandaling maniwala tayo kay Hesus. Nagiging ISA tayo kay Hesus, nakaupo sa mga makalangit na lugar, at kasamang tagapagmana ni Kristo. Nangyayari ito habang tayo ay narito sa lupa... at ang buhay na walang hanggan ay nangyayari kahit na hindi tayo naniniwalang nangyari ito! Gaano katindi ang pagbabago ng kamatayan ni Hesus kung hindi tayo maliligtas sa kasalanan dito. Paano naman ang MASABUHAY na buhay na binabanggit ng ebanghelyo? Nasaan iyon sa "ebanghelyo" na ito?

Alamat 4:

Sa ebanghelyo ng relihiyon, laging may mahinang tono, isang hindi sinasabing pakiramdam ni Hesus at ng Diyos na may magandang relasyon sa pulis/masamang pulis sa atin. Si Hesus ang mabuting pulis na nagsisikap na iligtas tayo mula sa walang hanggang kapahamakan, at ang Diyos ang masamang pulis, puno ng galit at parusa. Sa isang baluktot na paraan, pinarusahan at ibinuhos ng Diyos Ama ang Kanyang galit sa Kanyang bugtong na anak, na Siya minamahal. Ang Diyos ay madalas na inilarawan bilang matapang, makatarungan, at banal na hukom, habang si Hesus ay ang personable, mapagmahal, sakripisyo na tupa.

MALI! Si Hesus ang TAMA na representasyon ng Ama, gaya ng nabanggit ko sa Alamat 2. Walang mabuting pulis/masamang pulis at kumplikado sa kanilang relasyon. Dagdag pa rito, hindi ibinuhos ng Diyos ang kanyang galit kay Hesus. Sa halip, ang Isaias 53 ay nagsasaad ng kabaligtaran!

> Isaiah 53:3-6 (BSB) "Siya ay hinamak at itinakwil ng mga tao, isang taong may kalungkutan, alam ang kalungkutan. Gaya ng isa na ikinukubli ng mga tao ang kanilang mga mukha, Siya ay hinamak, at hindi natin Siya pinarangalan. Tiyak, dinala Niya ang ating mga kahinaan at dinala ang ating mga kalungkutan; gayunpaman, itinuring natin Siya na hinampas ng Diyos, sinaktan at pinahirapan. Nguni't siya'y sinaksak dahil sa ating mga pagsalangsang, siya'y nabugbog dahil sa ating mga kasamaan; ang parusang nagdulot sa atin ng kapayapaan ay nasa Kanya, at sa pamamagitan ng Kanyang mga latay, tayo ay gumaling. Tayong lahat ay tulad ng mga tupa na naligaw, bawat isa ay lumiko sa kanyang sariling lakad, at inilagay sa

kanya ng Panginoon ang kasamaan nating lahat."
[akin ang diin]

Ito ay isang hindi kapani-paniwalang daanan. "...itinuring namin Siyang hinampas ng Diyos, hinampas at pinahirapan...". Walang binanggit na ang poot ng Diyos ay ibinuhos kay Hesus sa talatang ito o kahit saan pa na mahahanap ko. Ang tanging galit na maaari nating makuha mula sa talatang ito ay ang galit sa ATING mga puso na nabulag sa kasalanan. Hinamak at itinakwil NAMIN si Hesus. Binugbog at pinahirapan natin Siya at pagkatapos ay inaangkin natin na ang DIYOS ang gumagawa nito kay Hesus. Ang aktuwal na ginagawa ng Diyos ay ang paglalagay ng bawat kahihinatnan ng kasalanan kay Hesus. "... inilagay sa Kanya ng Panginoon ang kasamaan nating lahat." Hindi ibinuhos ng Diyos ang Kanyang galit kay Hesus na paparating upang iligtas ang nilikha (na pareho nilang minahal nang husto)! Sa pagpili at pagpapapasakop ni Hesus, ibinigay ni Yahweh kay Hesus ang buong bigat ng kasalanan UPANG masira ni Hesus ang kapangyarihan nito sa atin. Hindi tama na piliin ni Hesus na magkasala dahil napapailalim Siya dito. Sa halip, si Hesus ay nanatiling sumuko sa Ama sa bawat sandali. Ito ang dahilan kung bakit kailangang ang Ama ang mag-atang sa Kanya ng kahihinatnan ng kasalanan.

"...Siya ay tinusok dahil sa ating mga pagsalangsang; Siya ay nadurog dahil sa ating mga kasamaan; ang kaparusahan na nagdulot sa atin ng kapayapaan ay nasa Kanya..." Ang salitang "para" sa talatang ito ay isang mahinang salin. Kapag nag-aaral ng Hebreo sa konteksto, ito ay mas tumpak na isasalin bilang "dahil sa". "Siya ay tinusok DAHIL SA ating mga pagsalangsang... DAHIL SA ating mga kasamaan..." TAYO ang dumudurog at bumubugbog kay Hesus. ISA itong kaparusahan, ngunit hindi ito parusa mula sa Diyos kay Hesus. Ito ay "dahil" sa ating mga puso na nabulag ng kasalanan kaya NAMIN pinarusahan si Hesus upang payapain ang sarili nating galit na mga puso. Kinasusuklaman namin ang Katotohanan. Hinamak natin Siya. Tinanggihan natin Siya...lahat dahil sa kamatayan at pagkabulag na ating binalot. Hindi ninanais ni Yahweh ang kaparusahan. Hindi siya Diyos na gustong magdusa tayo dahil nilabag natin ang mga patakaran. Dinidisiplina ba Niya? Oo, siyempre ginagawa Niya.

Ang disiplina ay ang ginagawa ng bawat mabuting magulang upang MAHALAGA ang kanilang anak na gumawa ng mas mahusay na mga pagpipilian. Kung walang disiplina, walang kapanahunan. Kaya, kabaitan ng isang magulang na disiplinahin ang kanilang anak upang matulungan silang lumaki upang sila ay maging makapangyarihang matatanda. Ang disiplina ay ibang-iba kaysa sa parusa at pagdurusa. Ang pagdurusa ay nagmumula kay Satanas. Pinahihirapan tayo ni Satanas sa kasalanan, at pagkatapos ay nililinlang niya tayo sa paniniwalang ginawa ito ng Diyos! Tinatakasan ni Satanas ang Diyos at sinisikap na kumbinsihin tayo na ang Ama ang uri ng Diyos na puno ng poot at nagpapahirap sa mga makasalanan.

Napakahalagang makita na ang kasalanan ang nagpaparusa sa atin, hindi ang Diyos. Ang kasalanan ang sanhi ng paghihiwalay, hindi ang Diyos. Ibinaling namin ang aming mukha, hindi ang Diyos. Binulag ng kasalanan, ibinuhos NAMIN ang ating galit kay Hesus, hindi sa Diyos. At pagkatapos ay sinisi natin ang Diyos sa ginawa natin kay Hesus sa krus. At habang ibinubuhos natin ang ating kabagabagan at kamatayan kay Hesus, kinuha Niya ang bawat bahagi nito at sinabi, "Gagamitin ko ito para sa iyong pagpapagaling at pagpapanumbalik. Kukunin ko ang lahat ng ito at ipagpapalit ang buhay ko sa iyo para maging malaya ka." Ito ang pinakamaganda at makapangyarihang bagay sa buong sansinukob. At hindi ito mapigilan ng kasalanan at kamatayan.

Alamat 5:

Ang buhay na ito ay tungkol sa paglalaan ng ating oras sa lupa hanggang sa makatakas tayo sa pamamagitan ng kamatayan o hanggang sa bumalik si Hesus at iligtas tayo mula sa ang kakila-kilabot.

Ang pagtakas ay ang tono sa ebanghelyo ng relihiyon na naghihikayat sa iyo na maghintay ng oras hanggang sa makatakas ka sa kakila-kilabot na mundong ito at makapunta sa Langit. Ang iyong mga mata ay nananabik na nakatingin sa Langit, naghihintay sa araw na "sa wakas ay mawawala ka na sa sakit". Ang konseptong ito ay ganap na pabalik-balik! Hindi sinabihan sina Adan at Eba na maglaan ng oras sa hardin. Sila ay tinawag upang ibahin ang anyo ng buong mundo upang magmukhang hardin. Ang kanilang trabaho ay dalhin ang Langit sa lupa at maghari tulad ni Hesus sa lupa. Ang pagkamatay ay hindi kailanman bahagi ng larawan at hindi rin nakatakas sa Langit! At hindi nagbago ang mensahe nang dumating si Hesus. HINDI binanggit ni Hesus ang pagkamatay at pagpunta sa Langit. Nakaupo na tayo sa Langit nang piliin natin si Hesus (higit pa tungkol diyan mamaya.) At tinawag tayong dalhin ang Langit sa Lupa bilang asin at liwanag! Ang pagtakas mula sa lupa ay hindi kailanman naging plano ngunit kahit papaano ay nabaluktot ang pagtakas sa ebanghelyo ng relihiyon.

Alamat 6:

Kung magsisikap ka nang husto, makakarating ka sa ilang espirituwal na antas at maaaring makakuha ng pagsang-ayon ng Diyos sa ilang sandali. May mga espirituwal na layunin na dapat nating pagsikapan, at marahil sa maraming trabaho, tayo ay sa wakas ay "dumating".

Ang pagdating ay ang isang panuntunan sa ebanghelyo ng relihiyon na nangangako na "isang araw ay makakarating ka doon". Ang pagdating ay may mga layunin at maling linya ng pagtatapos. Halimbawa, "Magiging isang ganap na Kristiyano ako kapag binuhay ko ang isang tao mula sa mga patay". Ito ang tunay na naisip ko, na sana ay magtagumpay ako sa ilang antas ng espirituwalidad kapag binuhay ko ang isang tao mula sa mga patay. Kung iniisip mo na sa isang punto ikaw ay "darating" sa iyong paglalakad kasama ang Panginoon, kung gayon ikaw ay naligaw. Ang punto ng paglalakbay ay ang paglalakbay. Hindi tungkol sa pagdating sa Langit isang araw — nandoon ka na. Hindi ito tungkol sa pagdating sa ilang espirituwal na antas — LAGING may higit pang dapat matutunan at palaguin. Si Yahweh ay walang hanggan. Hinding-hindi tayo makakarating at hinding-hindi makakarating. Ang buong punto ng ebanghelyo na malapit na nating sumisid ay pamanggit. Sa isang relasyon, hindi ito tungkol sa "pagdating". Ito ang aming pamumuhay sa bawat sandali na magkasama sa mga panahon at edad. Ang tanging bagay na maaari mong "dumating" ay nangyari sa sandaling pinili mo si Hesus. Nakarating ka na dahil sumama ka sa sayaw ng pag-ibig kasama si Hesus sa buong kawalang-hanggan.

Marami pang ebidensya ng baluktot ng ebanghelyo ng relihiyon. Sana magsimula kang magtanong kung ano ang itinuro sa iyo at hanapin kung ano talaga ang sinasabi ng Bibliya. Ang relihiyon ay nagdadala ng kamatayan, at ito ay nakapasok sa simbahan. Oras na para ituwid ang rekord at magtakda ng magandang pundasyon.

Ito ay kung paano ko halos ibuod ang mabuting balita ayon sa Bibliya:

Ama, Anak, at Banal na Espiritu ay nasa isang maligaya, sagana, at perpektong pagkakaisa bago ang panahon at espasyo. Tinawag ito ng mga Griyego — perichoresis. Ang perichoresis ay isang sayaw ng perpektong unyon at tyempo kung saan ang mga mananayaw ay tila isa. IYAN kung paano naipaliwanag ng mga Griyego ang pagka-Diyos — tatlo sa isa sa perpektong pagkakasundo. At sa pagkakasundo na iyon nagpasya ang Ama, si Hesus, at ang Banal na Espiritu na gusto nilang palawakin ang pamilya. Kaya nilikha nila ang lahat mula sa hangaring iyon.

> *Mga Taga-Efeso 1:4-5 (NLT) "Bago pa niya likhain ang sanlibutan, minahal na tayo ng Diyos at pinili tayo kay Kristo upang maging banal at walang kapintasan sa kanyang paningin. Ang Diyos ay nagpasya nang maaga na ampunin tayo sa kanyang sariling pamilya sa pamamagitan ng pagdadala sa atin sa kanyang sarili sa pamamagitan ni Hesukristo. Ito ang gusto niyang gawin at ito ay nagbigay sa kanya ng malaking kasiyahan."*

> *Juan 1:1-4 (NLT) "Sa pasimula ay umiral na ang Salita. Ang Salita ay kasama ng Diyos, at ang Salita ay Diyos. Siya ay umiral sa pasimula kasama ng Diyos. Nilikha ng Diyos ang lahat sa pamamagitan niya, at walang nilikha maliban sa*

> *pamamagitan niya. Ang Salita ay nagbigay buhay sa lahat ng nilikha, at ang kanyang buhay ay nagbigay liwanag sa lahat."*

Nilikha nila ang sangkatauhan sa kanilang sariling larawan. Ibinigay sa tao ang lupa upang mamuno at maghari upang mabago niya ang buong mundo upang magmukhang langit (ang modelo ng Eden).

> *Genesis 1:26-28 (BSB) "Pagkatapos ay sinabi ng Diyos, "Lalangin Natin ang tao ayon sa Ating larawan, ayon sa Ating wangis, upang mamuno sa mga isda sa dagat at sa mga ibon sa himpapawid, sa mga hayop, at sa buong lupa mismo at sa bawat nilalang na gumagapang dito." Pagkatapos ay sinabi ng Diyos, "Lalangin Natin ang tao ayon sa Ating larawan, ayon sa Ating wangis, upang mamuno sa mga isda sa dagat at sa mga ibon sa himpapawid, sa mga hayop, at sa buong lupa mismo at sa bawat nilalang na gumagapang dito."*

Binigyan din ang tao ng malayang kalooban dahil ang malayang kalooban ang tanging paraan para magkaroon ng tunay na pag-ibig. Kung ang tao ay isang robot, wala sa mga pagpipilian ng tao ang magiging tunay. Nais ng Diyos na ang mga malayang bata ay makakapili ng gusto nila. At sa kalayaang iyon, pinili nina Adan at Eva na huwag sundin ang mga daan ng Diyos. Kumain sila mula sa puno ng kaalaman ng mabuti at masama. Ang kanilang mga mata ay nabuksan sa mabuti at masama, paghatol, at kasalanan. Hinatulan nila ang kanilang sarili at nagtago dahil sa pakiramdam nila ay hindi sila karapat-dapat. Ang kasalanan AY nagdudulot ng kamatayan at paghihiwalay, PERO ito ay dahil inihiwalay natin ang ating sarili sa Diyos. At anumang paghihiwalay sa Diyos ay katumbas ng kamatayan. Ang buong konsepto ng kasalanan ay ipinakita sa ibang paraan sa Bibliya kaysa sa kung paano ako itinuro:

> *Corinto 5:19 (BSB) "na pinagkasundo ng Diyos ang mundo sa Kanyang sarili kay Kristo, hindi*

binibilang ang mga kasalanan ng mga tao laban sa kanila. At ipinagkatiwala Niya sa atin ang mensahe ng pagkakasundo."

Juan 3:17 (BSB) "Sapagka't hindi sinugo ng Diyos ang kaniyang Anak upang hatulan ang sanlibutan, kundi upang iligtas ang sanlibutan sa pamamagitan Niya."

Pagkatapos nilang magkasala, DUMATING PA RIN SI YAHWEH SA HAMAN. At si Yahweh ay hindi dumating na may galit at kidlat. Ang Diyos ay dumating upang lumakad kasama ni Adam, at si ADAM ay nagtago mula sa Diyos. Hindi KAILANGAN ng Diyos ang dugo para patahimikin. Hindi kailanman tungkol sa mga sakripisyo o dugo upang subukan at pasayahin ang Diyos at supilin ang Kanyang poot. Kahit si Haring David ay naunawaan na sa Lumang Tipan BAGO dumating si Hesus! Ito ay hindi kailanman tungkol sa sinusunog na sakripisyo; ito ay palaging tungkol sa ating mga puso.

Salmo 51:16 (NLT) "Hindi mo nais ang isang sakripisyo, o ako ay mag-aalay ng isa. Ayaw mo ng handog na sinusunog. Ang kasalanan ay isang malaking bagay, ngunit ito ay isang malaking bagay dahil sa kung ano ang ginagawa nito sa atin-hindi dahil ito ay isang isyu ng paghatol. Malaking bagay ang kasalanan dahil lumalayo tayo kay Yahweh, hindi sa kabaligtaran.

Naparito si Hesus para sa mga nawawala, bulag, at may sakit. Siya ay naparito upang iligtas tayo mula sa ating mga kasalanan at kamatayan upang tayo ay maging mga bagong nilikha at matawag na mga anak ng Diyos. Inilagay ni Yahweh ang mga kasalanan ng mundo kay Hesus, ngunit iyon ay ibang-iba kaysa sa pagbubuhos ng Diyos ng Kanyang galit kay Hesus. Sinasabi ng Bibliya na TAYO ang nagtangkang pumatay sa kanya, hindi ang galit ng Diyos. Ang kasalanan ay bumubulag at nagbibigkis sa atin sa isang malagkit na bitag. Dahil sa mga pusong puno ng kasalanan, kinasusuklaman natin si Hesus noong Siya ay nasa lupa. Ang poot na iyon ay lumago sa isang pusong mamamatay-tao na nagtangkang patayin si Hesus. At sa itaas, sinisi namin si Yahweh sa ginawa NAMIN kay Hesus! Ang mas baliw, sinabi ni Isaiah na ang lahat ng ito ay mangyayari BAGO dumating si Hesus!

> *Salmo 53:3-6 (BSB) "Siya ay hinamak at itinakuwil ng mga tao, isang tao ng kalungkutan, bihasa sa kalungkutan. Gaya ng isa na ikinukubli ng mga tao ang kanilang mga mukha, Siya ay hinamak, at hindi natin Siya pinarangalan. Tiyak, dinala Niya ang ating mga kahinaan at dinala ang ating mga kalungkutan; gayunma'y itinuring natin Siyang hinampas ng Diyos, sinaktan at dinapuan. Nguni't siya'y sinaksak dahil sa ating mga pagsalangsang, siya'y nabugbog dahil sa ating mga kasamaan; ang parusang nagdulot sa atin ng kapayapaan ay nasa Kanya, at sa pamamagitan ng Kanyang mga latay, tayo ay gumaling. Tayong lahat na parang tupa ay naligaw, bawa't isa'y lumihis sa kaniyang sariling lakad, at inilagay sa kaniya ng Panginoon ang kasamaan nating lahat."*

> *2 Corinto 5:21 (BSB) "Ginawa ng Diyos Siya na hindi nakakaalam ng kasalanan upang maging kasalanan para sa atin, upang sa Kanya tayo ay maging katuwiran ng Diyos."*

Hindi basta-basta maaalis ni Hesus ang ating kasalanan. Magkasala na lang ulit tayo sa ating pagkasira. Kailangan namin ng isang kabuuang pagbabago, hindi lamang isang pagpahid ng slate. Kapag tayo ay naniniwala kay Hesus, tayo ay nagiging isang bagong nilikha- mula sa tao hanggang sa isang anak ng Diyos. Binago namin ang mga uri ng hayop magpakailanman; walang paraan upang bumalik. Mula noon, hindi na tayo tao at dayuhan sa mundong ito. Hindi na alipin, kundi mga santo. Tunay na ISA sa Diyos Mismo. Tayo ay kapwa napako sa krus at muling nabuhay kasama ni Hesus. At MAAARI tayong magkasala, ngunit kung tayo gawin mo, hindi na natin ito pagkakakilanlan.

Ang isang hari ay maaaring kumilos tulad ng isang dukha, ngunit ang pagkilos tulad ng isang mahirap ay hindi maaaring baguhin ang pagkakakilanlan ng hari. Ang ating pagkakakilanlan ay magpakailanman at ganap na nagbago dahil kay Kristo. Panahon. Wala tayong magagawa para dagdagan o bawiin ang ginawa ni Jesus. Katulad tayo ni Hesus sa ating kakayahan at sa kung paano tayo nakikita at minamahal ng Ama.

> *2 Corinto 5:16-18 (BSB)* *"Kaya't mula ngayon ay hindi na namin itinuring ang sinuman ayon sa laman. Bagama't minsan nating itinuring si Kristo sa ganitong paraan, hindi na natin ito ginagawa. Kaya't kung ang sinuman ay na kay Kristo, siya ay isang bagong nilalang. Ang matanda ay namatay na. Narito, ang bago ay dumating na! Ang lahat ng ito ay mula sa Diyos, na siyang nagpapagkasundo sa atin sa Kanyang sarili sa pamamagitan ni Kristo at nagbigay sa amin ng ministeryo ng pagkakasundo."*

> *1 Corinto 6:17 (ESV)* *"Ngunit ang nakikiisa sa Panginoon ay nagiging isang espiritu sa kanya."*

> *Ezekiel 36:26 (BSB)* *"Bibigyan kita ng bagong puso at lalagyan ko ng bagong espiritu sa loob mo; Aalisin ko ang iyong pusong bato at bibigyan kita ng pusong laman."*

> *1 Juan 4:17 (ESV)* *"...kung paano siya, gayon din tayo sa mundong ito."* *(Tandaan: Ang talatang ito ay isinulat pagkatapos ng pag-akyat ni Hesus sa langit—kaya ito ay tumutukoy sa kung paano Siya NGAYON)*

> *Mga Taga-Efeso 2:6 (NLT)* *"Sapagkat binuhay niya tayo mula sa mga patay kasama ni Kristo at iniluklok tayo kasama niya sa makalangit na kaharian dahil tayo ay kaisa ni Kristo Hesus."*

Kaya ngayon, pagkakaroon ng bagong pagkakakilanlan na ito

KAY Kristo, kaisa Niya, ano ang katapusan ng laro? Ano ang punto? Kung hindi tayo naghihintay na mamatay hanggang sa makapunta tayo sa Langit upang maupo sa mga ulap kasama si Jesus, ano ang lahat ng ito? Hindi kailangan ng Diyos ang ating pera. Hindi niya kailangan ng paggawa ng alipin. Hindi rin niya kailangan ang ating pagsamba. Wala naman talagang KAILANGAN ang Diyos.

Gusto Niya ng pamilya, at nagbigay sa Kanya ng malaking kasiyahan na magkaroon ng pamilya. At ang pagiging bahagi ng pamilya ng Diyos ay ang pinakamagandang bagay kailanman. Ang kasiyahan, ang kapayapaan, ang buhay, ang natitira, ang pakikipagsapalaran, ang KALIGAYAHAN... lahat ng ito ay hindi kapani-paniwala! Ang mabuting balita ng ebanghelyo ay MABUTI. Kami ay iniimbitahan na makiisa sa walang hanggang sayaw ng pag-ibig kasama si Yahweh mismo. Inilalarawan ng mga utos sa Bibliya kung sino na tayo. LAHAT ng mga utos sa Bibliya ay "makakamit," hindi "kailangan." Ang mga ito ay mga utos na nilayong gawin kasama ni Hesus. Kapag tayo ay naging ISA kay Hesus, tayo mismo ang nagiging sagisag ng Pag-ibig. KAMI AY pag-ibig. Ang kautusan ay natupad kay Hesus, at ngayon ay WALANG paghatol.

> Romano 8:1-4 (TPT) "Kaya ngayon sarado na ang kaso. Walang nananatiling tinig ng pag-aakusa ng paghatol laban sa mga kaisa sa buhay-kaisa kay Hesus, ang Pinahiran. Sapagkat ang "kautusan" ng Espiritu ng buhay na dumadaloy sa pamamagitan ng pagpapahid kay Hesus ay nagpalaya sa atin mula sa "kautusan" ng kasalanan at kamatayan. Sapagkat nakamit ng Diyos ang hindi kayang gawin ng kautusan, sapagkat ang kautusan ay nalilimitahan ng kahinaan ng kalikasan ng tao. Ngunit ipinadala sa atin ng Diyos ang kanyang Anak sa anyong tao upang makilala ang kahinaan ng tao. Nakadamit ng sangkatauhan, ibinigay ng Anak ng Diyos ang kanyang katawan upang maging handog para sa kasalanan upang minsan at magpakailanman, hatulan ng Diyos ang

pagkakasala at kapangyarihan ng kasalanan. Kaya ngayon ang bawat matuwid na kahilingan ng batas ay maaaring matupad sa pamamagitan ng pinahiran na namumuhay sa atin. At tayo ay malayang mamuhay, hindi ayon sa ating laman, kundi sa pamamagitan ng dinamikong kapangyarihan ng Banal na Espiritu!"

1 Corinto 10:23 (AMP) "Ang lahat ng bagay ay ayon sa batas [iyon ay, aral na lehitimo, pinahihintulutan], ngunit hindi lahat ng bagay ay kapaki-pakinabang o kapaki-pakinabang. Ang lahat ng mga bagay ay matuwid, ngunit hindi lahat ng bagay ay nakabubuo [sa pagkatao] at nakapagpapatibay [sa espirituwal na buhay]."

Mayroon kaming pinakamahusay na panukala at pagkakataon sa buong uniberso.

Tayo ay isang espiritu kasama Niya sa perpektong pagkakaisa at kaligayahan! Dinadala natin ang Langit at ang ministeryo ng pagkakasundo saan man tayo magpunta. Ang nilikha ay sabik na naghihintay para sa atin na palayain sila mula sa sumpa ng kasalanan. Ang lahat ng ating ginagawa ay maaaring dumaloy mula sa pagkakaibigan at pamamahinga sa pagkakaisa kay Hesus. Hindi tayo naghihintay na mamatay para makatakas tayo sa Langit. Nagsimula ang buhay na walang hanggan noong pinili natin si Hesus. Tayo ay nasa kawalang-hanggan NGAYON, at inatasan tayo ng Diyos bilang mga embahador upang baguhin ang buong mundo upang magmukhang ating tahanan—Langit! May alternatibo sa sakit, sakit, at kamatayan. Magandang balita yan!

ANG ATING BAGONG PAGKAKAKILANLAN

Kaya nga, sino nga ba tayo kung hindi tayo ang itinuro sa atin ng relihiyon? Natutuklasan mo bang hindi tayo tinawag ni Hesus na "Kristiyano"? Ang ating pagkakakilanlan ay mula sa pagiging tao hanggang sa maging "Anak ng Diyos." Bilang mga tao, tayo ay may pusong bato, nawawala, bulag, at naghihimagsik laban sa mga bagay ng Diyos. Ang lumang tao na iyon ay wala na ngayon, hindi na babalik. Tayo ay mga BAGONG nilalang, isang bagong uri ng nilalang (Anak ng Diyos) na ISA kay Hesus mismo. Ang tawag na "Kristiyano" ay isang tatak na ibinigay sa atin ng mga hindi naniniwala sa Antioquia (Gawa 11:26). Ang institusyon ng mundo ay walang kaalaman sa bagong uri ng nilalang na tayo, kaya tinawag tayo na "Kristiyano." Ang dating may kinalaman sa relasyon (pagiging Anak ng Diyos) ay unti-unting naging nakatuon sa paggawa ng mga gawain at mga tungkulin ng isang "Kristiyano." Ang institusyon ng relihiyon ay pumasok at ginawa ang pagsasagawa ng mga bagay na mas mahalaga kaysa sa paglago ng RELASYON na nilikha tayo.

Iyan ang dahilan kung bakit ang pagiging "Kristiyano" ay maaring maging isang silo. Oo, isang silo. Ang kahulugan ng "Kristiyano" at kung paano ito dapat tingnan ay nagbabago nang malaki mula simbahan patungo sa simbahan (at kultura patungo sa kultura). Halimbawa, may mga simbahan na nagsasabing para maging "mabuting Kristiyano," dapat tayong kumanta at sumayaw sa pagsamba. Pero ang simbahan sa kabilang kalsada ay nagsasabi na ang "mga mabubuting Kristiyano" ay dapat na umupo at magpakumbaba sa pagsamba. Anong tama? Wala sa kanila. Si Hesus ay pareho kahapon, ngayon, at magpakailanman. Ang

Kanyang layunin ay laging maging RELASYONAL tayo, hindi kami makialam para sa kung ano ang maari nating gawin o ibigay sa Kanya. Sa halamanan, siya ay naging may relasyon. Sa laman, siya ay may relasyon, at hanggang sa ngayon, gusto ni Hesus ang RELASYON! Gusto ng mga alagad na malaman kung paano GAWIN ang mga bagay ng Diyos. Sila'y sanay na sa mga institusyong relihiyoso na humihiling ng serbisyo at mga gawaing ito, kaya't tinanong nila si Hesus kung paano sila makakasunod sa mga hinihingi nilang pag-iral. At ito ang kanyang sagot...

> *Juan 6:28-29 (NLT) "Sumagot sila, 'Gusto rin naming gumawa ng mga gawa ng Diyos. Ano ang dapat naming gawin?' Sinabi sa kanila ni Jesus, 'Ito lamang ang gawain na nais ng Diyos mula sa inyo: Manampalataya kayo sa isinugo niya.'"*

"Manampalataya kayo sa isinugo niya." Hiniling ng mga alagad ang mga pagsasakripisyo ng relihiyon. Sa halip, sinabi sa kanila ni Hesus na buksan ang kanilang mga puso. Ang ating bagong pagkakakilanlan ay hindi nauukit sa mga gawa at pagkilos. Tayo ay mga ANAK ng Kataas-taasang Diyos, una at higit sa lahat. (Pagkatapos nating palaguin kung sino tayo, natural na tayong aaksyon sa ating tunay na kalikasan at magdadala ng Langit sa Lupa sa lahat ng ating ginagawa!) Ang isang madaling paraan para maibukas ang pagkakaiba sa pagitan ng relihiyon at relasyon ay ito: ang relihiyon ay iniisip ang panlabas na anyo, ngunit ang relasyon sa Diyos ay tumitingin sa puso. Ngayon, ating alamin ang ilang mga talata na nag-aalis ng mga sinasabi ng relihiyon at tingnan ang tunay na sinasabi ng Bibliya tungkol sa atin! Basahin ito nang dahan-dahan at ito'y ating tuklasin...

Ipinagmamalaki tayo ng Diyos, at tayo'y KANIYANG ITINURING NA MAGANDA, hindi mga karumaldumal:

> *Genesis 1:31 (BSB) "At tiningnan ng Diyos ang lahat ng kaniyang nilikha, at tunay nga, ito'y labis na maganda." [Aking binigyang diin]*

> *Efeso 1:4-5 (NLT) "Kahit bago niya likhain ang sanlibutan, iniibig tayo ng Diyos at pinili tayo kay*

Kristo na maging banal at walang kasalanan sa kanyang mga mata. Pinasya ng Diyos nang una na yakapin tayo sa kanyang sariling pamilya sa pamamagitan ng pagdala sa atin sa kanyang sarili sa pamamagitan ni Hesus Kristo. Ito ang kanyang naisin, at nagdulot ito ng malaking kasiyahan sa kanya." [Aking binigyang diin]

Genesis 1:27 (BSB) "At nilikha ng Diyos ang tao sa kaniyang sariling larawan, sa larawan ng Diyos siya nilikha; lalake at babae sila nilikha niya."

Salmo 139:14 (ESV) "Pinupuri kita, sapagkat ako'y kahanga-hanga at kamangha-mangha kang nilikha. Kamangha-mangha ang iyong mga gawa; alam ng aking kaluluwa ito ng mabuti."

Efeso 2:10 (ESV) "Sapagkat tayo'y kanyang gawaing likha, nilikha kay Cristo Jesus para sa mabubuting gawa, na inihanda ng Diyos bago pa, upang tayo ay lumakad sa mga ito."

Tandaan: Hindi lalangin ni Yahweh ang mga kahabag-habag o mga bagay na sira. Ang lahat ng kanyang nilikha ay MAGANDA, KAAYA-AYA, MAGANDA, at MAY KATUWIRAN.

Tayo ay nawawala at bulag:

Efeso 2:13 (BSB) "Ngunit ngayon kay Kristo Hesus, kayo na dati'y malayo, ay dinala na malapit sa pamamagitan ng dugo ni Cristo." [Aking binigyang diin]

Efeso 5:8 (ESV) "Sapagkat noon kayo'y kadiliman, ngunit ngayon kayo'y liwanag sa Panginoon. Magsilakad kayong mga anak ng liwanag." [Aking binigyang diin]

Efeso 4:22-24 (ESV) "Upang alisin ninyo ang inyong dating pagkatao, na nauugma sa inyong dating pamumuhay at nauupos sa pamamagitan ng mga masamang pagnanasa, at upang kayo'y muling mabago sa espiritu ng inyong mga isipan, at upang magbihis kayo ng bagong sarili, na nilikha ayon sa larawan ng Diyos sa tunay na katuwiran at kabanalan."

Ezekiel 36:26 (BSB) "Bibigyan kita ng bagong puso at ilalagay ang bagong espiritu sa loob mo; aalisin ko ang iyong pusong bato at bibigyan kita ng pusong laman." [Aking binigyang diin. Tandaan na ang talatang ito ay nagsasabi ng "bibigyan" dahil ito ay pangako mula sa Lumang Tipan ng kung ano ang gagawin ni Hesus at ngayon ito ang aming tinatahak!]

Roma 5:8 (ESV) "Ngunit ipinakita ng Diyos ang kaniyang sariling pag-ibig sa atin nito: samantalang tayo'y mga makasalanan pa, namatay si Kristo para sa atin." [Aking binigyang diin]

Tandaan: Tayo'y nawawala at bulag at may sakit. Ngunit hindi iyon ang itinuring tayo ng Diyos na maging at hindi iyon ang tunay nating pagkatao kapag tayo ay pumili kay Hesus.

Tayo ngayon ay:

Galatians 3:26 (ESV) "Sapagkat kay Kristo Hesus, kayong lahat ay mga anak ng Diyos sa pamamagitan ng pananampalataya." [Aking binigyang diin]

Galatians 3:28 (ESV) "Walang Judio o Griego, walang alipin o malaya, walang lalaki o babae, sapagkat kayong lahat ay iisa kay Kristo Hesus." [Aking binigyang diin]

Juan 15:15 (ESV) "Hindi na kita tatawaging mga

alipin, sapagkat hindi alam ng alipin ang ginagawa ng kanyang panginoon; ngunit tinawag ko kayong mga kaibigan, sapagkat lahat ng aking narinig mula sa aking Ama ay aking ipinaalam sa inyo." [Aking binigyang diin]

1 Pedro 2:9 (ESV) "Ngunit kayo'y isang piniling lahi, isang makadiyos na kaparian, isang banal na bansa, isang bayang aking pag-aari, upang ipahayag ang mga karangalan niyaong tumawag sa inyo mula sa kadiliman tungo sa kanyang kamangha-manghang liwanag." [Aking binigyang diin]

1 Corinthians 12:27 (ESV) "Ngayon kayo ay katawan ni Kristo at mga indibidwal na mga kasapi nito." [Aking binigyang diin]

1 Corinthians 6:17 (ESV) "Ngunit ang nakakasama sa Panginoon ay nagiging isa sa espiritu." [Aking binigyang diin]

1 Juan 3:1 (ESV) "Tingnan ninyo ang uri ng pag-ibig na ibinigay sa atin ng Ama, upang tayo'y tawaging mga anak ng Diyos; at gayon nga tayo." [Aking binigyang diin]

Efeso 2:19 (ESV) "Kaya't hindi na kayo mga banyaga at dayuhan, kundi kayo'y kapwa mamamayan na kasama ng mga banal at mga kasapi ng sambahayan ng Diyos." [Aking binigyang diin]

1 Juan 4:17 (ESV) "...kung paano siya, ganoon din tayo sa mundong ito." [Aking binigyang diin]

Tayo ay mayroon:

1 Corinthians 2:16 (NLT) "'Sapagkat, sino ang makaaalam ng mga iniisip ng Panginoon? Sino ang may sapat na kaalaman upang turuan siya?' Subalit nauunawaan natin ang mga bagay na ito, sapagkat tayo'y may isip ni Kristo." [Aking binigyang diin]

1 Pedro 2:24 (NLT) "Siya mismo ay nagdala ng ating mga kasalanan sa kanyang katawan sa krus upang tayo'y mamatay sa kasalanan at mabuhay para sa tamang landas. Sa pamamagitan ng kanyang mga sugat, kayo'y pinagaling." [Aking binigyang diin]

Ephesians 2:6 (NLT) "Ibinangon niya tayo mula sa mga patay kasama si Kristo at itinabi tayo sa kanya sa mga makalangit na lugar..." [Aking binigyang diin]

Ephesians 1:3 (ESV) "Purihin ang Diyos at Ama ng ating Panginoong Hesus Kristo, na sa Kanya tayo'y binasbasan ng lahat ng mga espirituwal na pagpapala sa mga makalangit na kalalakhan." [Aking binigyang diin]

Tandaan: Pansinin ang past tense sa mga talatang ito. Ito ay tapos na. Hindi sa pamamagitan ng iyong lakas o mabuting gawa, kundi ito ay ibinigay sa iyo nang malaya at lubos!

Ang mga talatang ito ay nagsasalaysay tungkol sa atin! Ito'y naglalarawan at nagpapaliwanag kung sino TAYO! Ang ating tunay na pagkakakilanlan bilang anak ng Diyos ay itinakda at binayaran sa mga pundasyon ng mundo. Ito ay hindi nagbabago kahit pa sa gitna ng mga maling desisyon at gawain. Isang anak ay isang anak kahit ano pa ang kanyang gawin. Kung ang isang bata ay kumikilos na parang pusa, ito ba'y magbabago ang pagkakakilanlan ng bata bilang isang tao? Malinaw na hindi. Ang ating mga gawaing hindi maaaring baguhin ang ating pagkakakilanlan! Ang plano ng pagtubos ni Jesus ay màs malaki kaysa sa anumang gawain o pagkukulang na magagawa natin.

Inaasahan kong tunay na maglaan ka ng oras upang pag-aralan ang mga talata sa kabanatang ito. Basahin ang mga ito nang paulit-ulit hanggang sumampalataya ang iyong puso sa mga ito. Inirerekomenda ko na tanungin mo si Hesus tungkol sa bawat isa sa kanila nang indibidwal. Itanong mo sa Kanya kung ano ang ibig sabihin nila at paano sila naaangkop sa iyong buhay. Ang Salita ay puno ng mga talata na malinaw na nagpapakita ng ebanghelyo at kung sino tayo. Aking idinadasal na suriin mo ang mga itinuro sa iyo ng relihiyon. Ang relihiyon ay kaaway, sinungaling, at magnanakaw. Mayroon tayong higit pang maaaring maranasan kaysa sa ating kasalukuyang paglalakad. Ang ebanghelyo ay hindi nakakabagot, at hindi natin kinakailangang maghintay na mamatay bago maranasan ang BUHAY NA MAY KASAGANAAN! Kapag naging gutom tayo para sa buhay na may kasaganaan na naroroon na, iyon ang simula ng ating paglalakbay ng pagbabago.

Kabanata Tatlo:

ANG PROSESO NG PAGBABAGO

Kaya, maliligtas tayo. Pinili natin si Hesus, at ngayon tayo ay kaisa Niya. SOBRA ang nagbago...pero hindi lahat nagbago. Nakakaramdam pa rin tayo ng hinanakit, panlulumo, o takot, ngunit paano? Kung si Hesus ay hindi natatakot o nasaktan, at tayo ay kaisa Niya, ano ang nangyayari? Kalahati ng Bagong Tipan ay nagsasabi ng mga bagay tulad ng "ito ay tapos na"; "kami ay mga bagong nilikha", o "kami ay nakaupo sa mga makalangit na lugar". Pagkatapos ang kalahati ay ginagawang parang hindi ito ginawa sa mga talatang tulad ng "bihagin ang iyong mga iniisip"; "pagsikapan mong makapasok sa Kanyang kapahingahan", o "baguhin ang iyong isip upang mabago mo ang iyong buhay". Kaya, tapos na ba, o hindi pa tapos? Tapos na ba o may kailangan pa tayong gawin? IYAN ang tanong na sasagutin natin sa kabanatang ito.

Tayo ay tatlong bahagi, multi-dimensyonal na nilalang. Ang isang bahagi ay nakikita (ang ating katawan), isang bahagi ay bahagyang nakikita (ang ating kaluluwa), at isang bahagi ay hindi nakikita (ang ating espiritu). Ang mga kaluluwa ay nasusukat sa anyo ng elektrisidad, kaya iyon ang dahilan kung bakit ko sila kredito bilang bahagyang nakikita. Ang tatlong bahaging ito ay bumubuo sa ating pagkatao, anuman ang ating pag-unawa sa kanilang realidad, tungkulin, at proseso.

Ang ating katawan ang pinakamadaling bahaging ilarawan. Ito ang bahagi natin na pinakapamilyar natin at ang bahaging regular nating nababatid. Ang ating katawan ay nagbibigay-daan sa atin na maging mga kamay at tinig ng Langit o Impiyerno sa mundong ito. Karamihan sa ating buhay na nagbibigay-malay ay ginugugol ng labis na pagtuon sa ating katawan na umiiral sa ikatlong dimensyon. Bagama't ang ating espiritu at kaluluwa ay kaparehong bahagi natin, karamihan sa mga tao ay walang kamalayan sa kanila. Ito ang dahilan kung bakit tayo ay lubos na sumasang-ayon sa kaaway at sa kanyang mga pakana dahil ang kanyang mga taktika ay pinupuntirya ang ating mga kaluluwa.

Ang ating espiritu ay ang ating buhay na katawan sa daigdig ng mga espiritu. Hindi ito mapipinsala o masira, at bilang isang mananampalataya, ito ay bahagi natin na ISANG espiritu kay Hesus. Sa sandaling pinili natin si Hesus, ang ating espiritu ay nagbago magpakailanman sa pamamagitan ng pagsama sa Diyos mismo sa walang hanggang sayaw ng pag-ibig! Ang lahat ng mga talatang binanggit sa huling kabanata ay nagpapaliwanag ng katotohanang nasa ating espiritu na. Ito ay tapos na. TAYO AY isang bagong nilikha at nakaupo sa mga makalangit na lugar. Ang mga seksyong "Meron Tayo" at "Tayo" sa kabanata 2 ay ang kasalukuyang realidad na kinabubuhayan ng ating espiritu ngayon kasama si Hesus.

Ngayon para sa KALULUWA. Ang kaluluwa ay ang koneksyon sa pagitan ng ating katawan at ng ating espiritu—ito ang tulay sa pagitan ng dalawang dimensyon! Ang kaluluwa ay bahagi rin natin na ating malayang kalooban, pag-iisip, at damdamin. Kapag tayo ay ipinanganak, ang ating kaluluwa ang namamahala.

Ang ating kapalaran, at ang katotohanang ating tinatahak, ay napagpasyahan ng mga paniniwala ng ating kaluluwa. Ang kaluluwa ay ang bahagi na TAYO ay may pananagutan sa proseso ng pagbabago dahil dito naroroon ang ating malayang kalooban. Ipapaliwanag ko. Sa sandaling tayo ay naligtas, ang ating espiritu ay naging ISANG espiritu kay Kristo. Permanente kaming nagpalit ng pagkakakilanlan. Wala kaming kapangyarihang iligtas ang aming sarili. Kailangan namin ng isang tagapagligtas at isang kabuuang pagbabago. At iniligtas ni Hesus! Nakuha namin ang pinakamagandang panukala sa buong uniberso: Ang maging ISANG espiritu kasama ang Diyos mismo at sumali sa walang hanggang sayaw ng pag-ibig! Ngunit ayaw pa rin ng Diyos ng mga robot. Kahit papaano kailangan pang ingatan ni Hesus ang ating malayang kalooban. Kaya, nag-aalok si Hesus na maging isa sa atin at ibigay sa atin ang Kanyang sariling Espiritu, at iyan ay nagbibigay ng kapangyarihan sa amin sa lahat ng kailangan namin. Ang ating pagkakaisa kay Kristo ay ang ating kasaganaan, ating kabuuan, ating tagumpay, ating lakas, at ating angkla. Kaya't, Iniligtas tayo ni Hesus at binigyan tayo ng kapangyarihan sa ating espiritu habang kasabay nito ay iniingatan ni Hesus ang ating malayang pagpili sa ating mga kaluluwa. Kaya ngayon, tayo ay binigyan ng kapangyarihan ni HESUS sa ating mga espiritu upang gawin ang lahat ng bagay, PERO ito ay ating pagpili na pumili sa bawat sandali sa bawat lugar sa ating mga kaluluwa. Tunay na napakatalino kung paano tayo iniligtas ni Hesus habang pinapanatili din ang ating malayang kalooban.

Kaya, ang mga talatang binanggit sa huling kabanata ay 100% totoo! Habang sa PAREHONG pagkakataon, ang mga talatang ito ay 100% na may kaugnayan din!

- *"...binibihag natin ang bawat pag-iisip upang gawin itong masunurin kay Kristo..." 2 Corinto 10:5 (BSB)*

- *"...Magbago sa pamamagitan ng pagpapanibago ng iyong isip..." Romano 12:2 (NKJV)*

- *O "...magsikap na makapasok sa kapahingahang iyon..." Hebreo 4:11 (BSB)*

Walang salungatan sa mga banal na kasulatan, kailangan lang natin ng paghahayag sa sinasabi ng Diyos! Ganoon siya kalaki at ganoon kabuti para makapagligtas at makapagbigay ng kapangyarihan sa atin habang kasabay nito ay pinangangalagaan ang ating malayang kalooban! Kapag binago natin ang ating isipan, iyon ay kapag ang kapangyarihan ng pagiging kaisa ni Hesus sa ating espiritu ay dumadaloy sa ating kaluluwa at katawan. Ang pagpapanibago ng ating isipan ay kapag binago natin ang paraan ng ating pag-iisip at pagtingin sa buhay—mula sa pananaw ng tao tungo sa pananaw ng anak ng Diyos.

Mayroon nang kapangyarihan sa ating espiritu. Ang susi ay ang ating kaluluwa. Ang ating kaluluwa ang magpapasya kung ito ay sasang-ayon sa kapangyarihan at katotohanan sa ating espiritu o kung ito ay sasang-ayon sa sakit at ang mensahe mula sa pag-iisip ng tao. Kung mas sumasang-ayon ang iyong kaluluwa sa kung ano ang ginagawa sa ating espiritu, mas mababago ang ating kaluluwa at katawan sa pamamagitan ng buhay na naroroon na. Ang trauma, sakit, at paniniwalang kasinungalingan ay nakakaapekto sa ating kaluluwa tulad ng bakterya na nakakahawa sa sugat. Ang hindi gumaling na sakit ay palaging magsisimulang makahawa sa ating kaluluwa at pagkatapos ay makakaapekto sa ating pisikal na katawan. Nagawa ni Dr. Caroline Leaf na siyentipikong patunayan na ang ating pisikal na utak ay iakma sa ating kaluluwa anim na beses sa isang minuto! Ang pag akma na ito ay iniayon ang ating pisikal na katawan sa anumang pinaniniwalaan, iniisip, at nararamdaman ng kaluluwa. Ang utak ay naglalabas ng alinman sa nakapagpapagaling o nakakasira ng mga kemikal sa ating mga katawan batay sa kalusugan ng ating kaluluwa.

Isipin na ang kaluluwa ay may pingkas. Kapag ang iyong kaluluwa ay malubhang nasugatan, ang pagkasira at sakit ay sumasakop sa bahagi ng pingkas sa iyong kaluluwa. Nangangahulugan ito na ang sakit ay may kapangyarihan sa pagboto sa kung paano natin nakikita at tumutugon sa buhay sa paligid natin. Kung ang karamihan sa ari-arian ng ating puso ay naniniwala sa kasinungalingan at nasa sakit, kung gayon ang sakit at pagkasira ay lalabas. Ngunit kung ang karamihan sa ating puso ay gumaling at naniniwala sa katotohanan, kung gayon tayo ay kikilos tulad ng nagbibigay-buhay na espiritu na tayo ngayon. Hindi tayo gumanti sa mundong nakapaligid sa atin ngunit makapangyarihang makakaapekto at magpapabago ng mga bagay sa mundo upang magmukhang Langit.

Sa madaling salita, ito ay nauuwi sa ganito: Ang Diyos ay patuloy na nagsasabi ng isang bagay habang si Satanas ay nagsasabi ng kabaligtaran. At, nasa gitna tayo, nagpapasya kung sino ang paniniwalaan natin. Sa kawalan ng malay, tayo ay nagpapasya kung sino ang ating paniniwalaan sa bawat sandali. Hinahamon kita na bigyang pansin ang iyong mga iniisip at intensyonal kung sino ang iyong sinasang-ayunan. Kung maaakit tayo ni Satanas na sumang-ayon sa kanyang mga kasinungalingan, maimpluwensyahan niya ang ating mga iniisip, kalooban, damdamin, at mga kilos kahit na tayo ay naligtas. Kung mas naniniwala tayo sa sinasabi ng Diyos, mas nababago ang ating buhay sa pamamagitan ng masaganang buhay na umiiral na sa ating espiritu na kaisa ni Hesus. Nasa atin ang lahat ng mayroon si Hesus: perpektong kapayapaan, isang solusyon para sa lahat, kabuuan (ang hakbang na lampas sa kagalingan), karunungan na lampas sa mga edad, walang limitasyong probisyon, at marami pang iba! Ito ay tapos na sa ating espiritu; ang ating kaluluwa ang dapat nating kumbinsihin. At ang pagkumbinsi na iyon ay nagsisimula bilang bulag na PANANAMPALATAYA.

Ang pagpili na magkaroon ng pananampalataya ay mas mahirap kaysa sa tila bagaman. Para sa isang wasak at nasasaktang kaluluwa, ang katotohanan ay parang banyaga at nakakasakit pa nga. Nangangailangan ito ng pananampalataya upang piliin na paniwalaan ang isang bagay na hindi natin alam. Naaalala ng ating kaluluwa ang nakaraan at ang sakit nitong sirang mundo. NARARAMDAMAN ng ating kaluluwa na ang mga kasinungalingan ng kahihiyan o pagtanggi ay makatwiran. NARARAMDAMAN ng ating kaluluwa na totoo ang mga kasinungalingan ng isang kahirapan. Pakiramdam ng ating kaluluwa ay ang kontrol at ang mga pader ay nakakatulong at mahusay sa pagprotekta sa atin mula sa mas maraming sakit. Ngunit mali ang ating kaluluwa. Patay mali. Sinisikap ng ating kaluluwa na bigyang kahulugan ang isang sirang mundo at ang mga kasinungalingan mula sa kaaway ay "makabuluhan" kapag tayo ay nasa sakit at bulag.

Ang pagbago ng isip ay simpleng ipaliwanag ngunit mahirap umalis. Kung ang paglaya mula sa ating sakit at pagkaalipin ay madali, kung gayon ang lahat ay gagawin ito. Walang nagnanais na mabuhay sa sakit, ngunit karamihan ay masyadong komportable, o natatakot, upang harapin ang kanilang sakit. IYAN ang mahirap na bahagi. Upang maging malaya at gumaling, dapat nating harapin ang ating pinakamatinding pagdurusa sa bulag na pananampalataya na si Hesus ay sapat na malaki upang hawakan ang bawat isa. Napakahirap at nakakatakot pa ngang harapin ang ating sakit at mga demonyo. Alam ko dahil maraming beses na akong nakapunta doon sa iba't ibang paraan. PERO masasabi ko sa iyo, ang pagpayag kay Jesus na pagalingin ang ating pinakamalalim na sugat ay palaging katumbas ng halaga at takot na harapin ang mga ito! Si Hesus ay sapat na malaki at Siya ang sinasabi Niyang Siya. Ang pagiging nasa kabilang panig ng sakit at makita ang kalayaan at buhay na magagamit ko ay talagang sulit ang halaga ng pagharap sa aking sakit at takot.

Tiniis ko ang sekswal na pang-aabuso. Nakaranas ako ng pagkalaglag at iba pang malaking pagkawala. Ginugol ko ang mga taon sa pagharap sa mga takot sa gabi, pagtanggi, pagkakanulo, at iba't ibang uri ng matinding sakit sa puso. Nagkaroon ako ng kabuuang pagkabaliw at nagkaroon ako ng mga gatilyo sa pisikal at emosyonal. Pakiramdam ko ay ilang beses na akong nakapunta sa impiyerno at bumalik, ngunit alam mo kung ano? Naranasan ko ang mga bagay na iyon, ngunit hindi ko ito dinadala o ang kanilang mga peklat. HINDI ako biktima at ang sakit na naranasan ko noon ay HINDI ko pagkakakilanlan. Ibinahagi ko ang mga bagay na ito upang bigyang bigat ang aking isinusulat. Maaari kang maging buo. WALANG mas hihigit pa sa kakayahan ni Hesus na pagalingin tayo at pagalingin tayo. At para maging ganap na malinaw, ang bahagi mo ay buo NA… ang iyong kaluluwa ay hindi pa naniniwala dito.

Si Hesus ay buo, at ikaw ay kaisa Niya. Si Hesus ay walang sakit, kaya ikaw ay gumaling. Wala siyang pagkukulang, kaya sagana ka sa sandaling ito. Walang kadiliman sa Kanya, kaya napupuno ka rin ng liwanag at kabuuan. Para sa isang kaluluwang nasa sakit, ang mga pahayag na ito ay nakakasakit at masakit basahin. Ngunit kung pipiliin mong itulak ang mga damdaming iyon ng pagkakasala at sakit, maaari mong simulan ang iyong paglalakbay sa pagpapagaling LABAS sa dilim at sakit na iyong nararamdaman.

Karamihan sa mga tao ay humihinto kapag naramdaman nila ang pagkakasala at sakit. Tinignan nila at gusto nilang ibalik ang sakit sa kahon kung nasaan ito bago sila na-gato. Ngunit ganito, ang sakit na iyon ay naroon na ganoon kalaki at ito ay magpapatuloy doon hanggang sa matugunan mo ito.

Ang mga gato ay nagpapakita ng mga panloob na katotohanan na dating nilalaman; lagi itong nandiyan o hindi sana tayo ay na-gato! Kaya, kahit na mahirap, ang bawat gator ay talagang isang mahalagang paanyaya sa kalayaan! Ang mga bagay na nabaon nang malalim, ang ilan sa mga ito ay maaaring hindi pa natin alam na nakatago sa silong ng ating kaluluwa, ay naliliwanagan kapag tayo ay na-gato. Sa tuwing mangyayari ito, kung dadalhin natin ang gato kay Hesus,pagkatapos ito ay isang magandang pagkakataon upang mapalaya ang sakit na dating nakatago! Kung saan sinadya ng kaaway na palitawin at durugin tayo, ginagamit ito ni Hesus para sa ating tagumpay at pagpapagaling!

Ang paglalakbay na ito ay hindi madali, ngunit ito ay posible dahil kay Hesus. Napakahirap harapin ang ating sakit at piliing paniwalaan ang isang bagay na taliwas sa ating karanasan. Parang PAKIRAMDAM na nagsasabi ng totoo ang kalaban. Kapag sinimulan natin ang paglalakbay na ito, ang sinabi ni Hesus sa atin ay walang kabuluhan dahil ang ating kaluluwa ay nabulag at nagbibingi-bingihan kapag nasa sakit. Paano magiging sapat kung nakita natin ang napakaraming kakulangan? Paano ako gumaling kung nararamdaman ko pa rin ang sakit? Paano magkakaroon ng kagalakan para sa pagluluksa? Paano nagsisinungaling ang takot? Ginugol ni Satanas ang ating buong buhay sa pagsisikap na kumbinsihin tayo na ang kanyang mga kasinungalingan ay totoo. Hindi lamang iyon, ngunit madalas tayong nalinlang sa ating sakit na nagiging kaibigan o aliw natin. Ang depresyon ay parang isang maitim na kaibigan na laging nandiyan. Ang kontrol o galit ay "mga katulong" sa pag-layag sa isang malaki, nakakatakot na mundo. Ang kahirapan ay "nakakatulong" sa atin na maging "matalino" sa pera. Ang listahan ay nagpapatuloy.

Bago si Hesus, ang lahat ng ating naranasan ay pagkasira at sakit sa mundong ito. Mula sa aming pagkaalam, alam namin ang kakulangan, sakit, at karamdaman. Kumakain tayo, natutulog, at hinihinga ito sa ating paligid. Binaluktot ng mga sirang tao ang ebanghelyo para magkaroon ng kahulugan ang sakit at pagkasira ng mundo. Ang maniwala sa sinabi ni Hesus ay humahamon sa lahat ng ating nalalaman. Mas madaling pilipitin ang ebanghelyo kaysa hamunin mula sa ating sakit. Sinabi ni Hesus na laging may sapat. Sinabi ni Hesus na tayo ay gumaling. Sinabi niya na biniyayaan na tayo ng bawat espirituwal na pagpapala, ngunit hindi pa namin nararanasan ang alinman sa mga iyon. Ang bawat katotohanan at konsepto ng Kaharian ay higit pa sa natural na mundong ito. Ang sinasabi ni Hesus ay kabaligtaran ng mga batas na "likas" dahil nagtuturo at nabubuhay Siya mula sa MAS MATAAS na katotohanan...at inaanyayahan Niya tayong mamuhay sa mas mataas na katotohanang iyon kasama Niya. Maraming tao ang nananatili sa kanilang kaluluwa pagkatapos nilang maligtas dahil ayaw nila o hindi nila alam kung paano ganap na ipagkatiwala ang lahat kay Hesus. Kung mas pinipili nating paniwalaan ang sinasabi ni Hesus sa mga kasinungalingan ng kaaway, mas maraming kagalingan at supernatural na mga bagay ang makikita natin.

Sa buhay ko, humarap ako sa matinding sakit. May ilang sakit na naranasan ko nang hindi nagtitiwala kay Hesus, at ilang sakit na naranasan ko sa paniniwala sa Kanyang sinasabi. At ang pagkakaiba ay nakakagulat. Nagkaroon ako ng bahagi ng trauma at dala ko ito kahit saan ako magpunta. Ang matinding sakit nito ay nakaapekto sa bawat bahagi ng aking buhay hanggang sa nakilala ko si Hesus sa unang pagkakataon. Nang magsimula ako ng personal na relasyon kay Hesus, pinagaling Niya ang sakit sa aking nakaraan at lahat ng negatibong epekto nito! Napakalakas ng Kanyang pagpapagaling na pinagaling pa Niya ang mga alaala ng trauma. Ngayon kapag binalikan ko ang mga alaalang iyon, ang nakikita ko lang ay si Hesus na nakangiti pabalik sa akin. Upang gawing mas hindi kapani-paniwala ang mga bagay, itinuro sa akin ni Hesus kung paano lumakad sa sakit KASAMA Niya. Si Hesus ay sapat na malaki upang pagalingin ang sandali sa mga panahong masakit! Sa halip na masira ng mundo, ako ay nasa lambak ng kadiliman kasama ng Liwanag at Pagpapagaling sa Kanyang Sarili. Hindi nangangako si Hesus ng madali o walang sakit na buhay. Talagang tinitiyak niya na magkakaroon ng mahihirap na panahon, lalo na para sa mga mananampalataya. Ngunit sa lahat ng bagay na ating kinakaharap, pinaikot Niya ito sa ulo nito at pinapagana ang lahat ng bagay para sa ikabubuti. Siya ay may solusyon at sapat na malaki para sa bawat isang bagay na ating nararanasan. Para makalakad tayo sa lambak ng kadiliman at hindi takot, dahil Siya ay laging nariyan, kaisa natin, nakikipaglaban para sa atin at nagdadala ng Liwanag sa pinakamadilim na lugar.

> Juan 16:33 (BSB) "Sinabi ko sa inyo ang mga bagay na ito upang sa Akin ay magkaroon kayo ng kapayapaan. Sa mundo magkakaroon kayo ng kapighatian. Ngunit lakasan mo ang iyong loob; Nadaig ko na ang mundo!"

Parehong alam ni Hesus at ni Satanas ang nangyari sa pagkabuhay-muli. Malinaw na nauunawaan sa espirituwal na larangan kung sino tayo at kung ano na ang dinadala natin dahil kay Hesus. Ang tanging nakakaalam nito... ay tayo. At IYAN ang paglalakbay ng pagbabago. Ang paglalakbay ay nagsisimula upang piliin na sumang-ayon sa sinabi ni Hesus at kung ano ang Kanyang nagawa na. Ang paglalakbay ay sa wakas na tayo ang nagpapasya na si Satanas ay isang sinungaling at lahat ng kanyang ginagawa at sinasabi ay upang sirain tayo, at pagkatapos ay magpasya na si Hesus ay nagsasalita ng Katotohanan. Sa bawat sandali ang ating kaluluwa ay may malayang pagpili na sumang-ayon sa mga kasinungalingan ni Satanas o sa katotohanan ni Hesus. At kung ano ang pipiliin nating paniwalaan sa bawat sandali ay nagpapasya sa katotohanan na nabubuhay ang ating kaluluwa at kung ano ang nangyayari sa mundo sa paligid natin. Ito ay isang makapangyarihang bagay. Sa katunayan, kamakailan lang ay sinabi sa akin ni Hesus na walang mas makapangyarihan sa buong sansinukob kaysa sa isang "oo" para kay Hesus. Gayundin, wala nang mas mapanira kaysa sa isang "hindi" laban sa Kanya. Bawat sandali, magpapasya tayo kung SINO ang paniniwalaan natin at pagkatapos ay maaapektuhan natin ang mundo sa paligid natin batay sa kung sino ang ating pinaniniwalaan.

Kaya PAANO natin malalaman kung ano ang pinaniniwalaan ng ating kaluluwa? Saan tayo magsisimula sa paglalakbay na ito ng pagpapanibago ng ating isipan? May mga wika kung saan nakikipag-usap ang ating kaluluwa na naghahayag ng pinaniniwalaan ng ating kaluluwa. Gayunpaman, karamihan sa atin ay hindi nakikilala o naiintindihan ang komunikasyon ng ating kaluluwa. Ang ating pisikal na katawan, ating kaluluwa, at ating espiritu ay lahat ay nakikipag-usap nang detalyado. Nasa ibaba ang isang listahan ng mga paraan ng pakikipag-usap ng kaluluwa. Habang natututo tayong unawain ang komunikasyon ng ating kaluluwa, magagawa nating dalhin ang mga bagay kay Hesus para pagalingin Niya at pagsalitaan ang Katotohanan.

Ang wika ng PAG-IISIP

Ang ating mga kaisipan ang unang naghahayag ng tunay nating pinaniniwalaan sa ating mga puso. Ang ating mga kaisipan ay makapangyarihan at kritikal sa pag-apekto sa ating buhay para sa mabuti o masama. Mayroong isang parisan:

> *Ang ating mga kaisipan > nagiging aksyon.*

> *Ang ating mga aksyon >nagiging nakugalian.*

> *Ang ating mga nakaugalian > nagiging ating tadhana.*

Ang ating mga iniisip ay nakakaapekto sa bawat bahagi ng ating buhay AT sa mundo sa ating paligid. Ang ating mga pag-iisip ay nagpapakita ng mga pangunahing paniniwala ng ating kaluluwa at iyon ang dahilan kung bakit tayo ay sinabihan na kunin ang BAWAT pag-iisip at pasunurin sila kay Kristo. Napakahalagang bigyang pansin ang ating iniisip!

Ang wika ng mga DAMDAMIN

Hindi masama ang ating damdamin at emosyon! Ang mga ito ay bigay ng Diyos na mga tagapagpahiwatig ng kung ano ang nangyayari sa ating mga kaluluwa. Ang ating mga damdamin at emosyon ay ang mga termometro na nagsasabi sa atin ng kalusugan ng ating mga kaluluwa. Ang pakiramdam ay hindi masamang tao. Inilalantad lamang ng mga damdamin kung ano ang takbo ng ating puso at kung kanino ito sumasang- 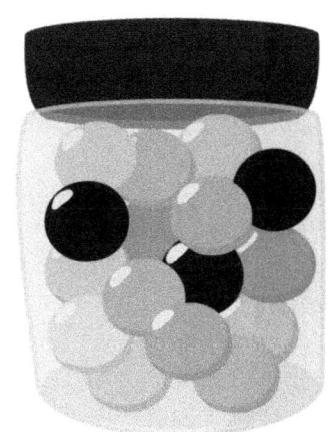 ayon. Kung tayo ay nag-iisa halimbawa, ito ay nagpapakita na tayo ay naniniwala sa kasinungalingan na tayo ay nag-iisa. Nangangahulugan din ito na hindi tayo naniniwala na tayo ay kaisa ni Hesus at ni Yahweh sa isang walang hanggang sayaw na Espiritu Santo.

Ang wika ng AKSYON

Ang ating mga aksyon ay nagpapakita kung ano ang ating pinaniniwalaan. Anumang oras na hindi tayo kumilos tulad ni Hesus, ito ay nagpapakita ng isang bahagi ng ating kaluluwa na hindi lumalakad sa kalusugan at kapunuan na mayroon ang Diyos para sa atin. Gumagamit man ito ng sangkap para mamandhid ang sakit, pananakit sa salita, o takot lang magsalita sa harap ng mga tao. Mabuti o masama—ipinakikita ng bawat kilos kung ano ang pinaniniwalaan ng ating puso tungkol sa sarili nito, sa Diyos, at sa mundo sa paligid nito.

Upang mabago, dapat nating bigyang pansin ang wika ng ating kaluluwa at baguhin ang ating mga negatibong paniniwala. Ang unang hakbang ay bigyang pansin ang sinasabi ng ating kaluluwa! Kung mas sumasang-ayon tayo sa sinabi ni Hesus, lalo tayong nababago. Kapag napagpasyahan natin na handa na tayong harapin ang ating sakit at piliing itulak ang paghaharap ng mga kasinungalingan nito, makikita natin si Hesus doon—sapat na malaki para sa bawat hamon at pakikibaka. KANYANG lakas ang nagdadala sa atin. Pasan NIYA ang pasanin. Sumasang-ayon lang tayo sa Kanya at sa nagawa na Niya habang sinasadya nating harapin ang ating pinakamalalim na takot at sakit.

> Apocalipsis 3:20 "Ako'y nakatayo sa pintuan at kumakatok, sinumang dumirinig sa aking tinig AT magbubukas ng pinto.
>
> Papasok ako at magkakaroon ng malalim at maligayang pagpapapalagayang-loob sa kanya at Siya sa akin." (Pagsasalin ng may-akda—ipinaliwanag sa susunod na talata)

Karamihan sa mga pagsasalin ay gumagamit ng salitang "kumain" sa halip na "malalim at maligayang pagpapapalagayang-loob". Ngunit ang salitang Griyego na kanilang isinasalin ay hindi nangangahulugang pagkain ng pagkain! Ang salitang Griyego na "deipneo" ay nagpapahiwatig ng isang malalim at maligayang pagpapapalagayang-loob na ibinahagi sa pagitan ng pinakamatalik na kaibigan o magkasintahan. AT ang talatang ito ay isinulat sa isang itinatag na IGLESIYA. Ang talatang ito at paanyaya na magkaroon ng malalim at maligayang pagpapapalagayang-loob ay para sa MGA NANINIWALA! Kahit na bilang isang mananampalataya, maraming tao ang nagpapanatili kay Hesus sa labas ng mga pader ng kanilang mga puso. Kumakatok si Hesus sa pintuan ng ating kaluluwa, naghihintay na hindi lamang natin marinig ang Kanyang tinig kundi buksan ang pinto at papasukin Siya. para sa atin. Kaya, ano ang iyong gagawin? Papasukin mo ba si Hesus at pipiliin mo Siya kaysa sa mga kasinungalingan at sakit?

Kabanata Apat:

PAKIPAG-UGNAYAN KAY YAHWEH

Ngayon para sa PAANO mapanumbalik ang ating isipan. Ang isip ay isang kamangha-manghang kasangkapan na maingat at mahusay na ginawa ng Diyos para sa atin. Itinatala nito ang lahat ng nangyayari - parehong masasakit at masasayang bagay. Nakapagtataka, kapag binago natin ang ating isipan at hinayaan nating pagalingin tayo ni Hesus, kahit na ang mga masasakit na bagay sa ating nakaraan ay maaaring tubusin at pagalingin nang retroaktibo—pisikal at sa ating kaluluwa! Maraming mga paraan upang gawin ang tungkol sa pagpapanibago ng ating isip at pagpapagaling, ngunit tatalakayin ko ang aking mga paboritong paraan sa kabanatang ito.

Mayroong dalawang pangunahing salik sa pag-unawa sa pagpapanibago ng isip.

1. Una, ang pagpapanibago ng isip ay HINDI isang bagay na maaari mong isipin ang iyong sarili. Ang kaalaman sa ulo ay hindi at hindi makakatulong sa ating kaluluwa na gumaling. Ang ulo ay "alam" ng isang bagay nang hindi tunay na naniniwala na ito ay nagdudulot lamang ng pagkakahati at pagkabigo sa ating kaluluwa. Ang relihiyon ay nagbibigay sa atin ng kaalaman sa ulo nang walang paghahayag ng puso at iyan ang dahilan kung bakit tayo ay hindi nagbabago. Ipapaliwanag ko ito sa ganitong paraan, ang utak ay gumagawa ng mga desisyon at pag-andar batay sa kung ano ang nakikita nito sa ikatlong dimensyon na ito. (Na nga pala, halos isang porsiyento lang ng espektro ng liwanag ang

MAKITA mo kaya MARAMING hindi mo nakikita.) Apat na dimensional ang iyong kaluluwa. Kaya LAHAT ng sinusubukan ng utak mong kumbinsihin ang iyong kaluluwa ay magkukulang. Ang kaalaman sa ulo, "pag-unawa" ng utak, ay hindi kailanman magmiministeryo o makumbinsi ang iyong kaluluwa ng anuman dahil ito ay kumikilos mula sa mas mababang dimensyon. Ang ating kaluluwa ay nangangailangan ng isang puso-sa-pusong pakikipagtagpo kay Yahweh upang mabago at gumaling.

2. Pangalawa, para mapanibago ang isip, DAPAT mong tugunan (hindi ilihis) ang mga maling paniniwala at kaisipan. Sabihin nating ang banga na ito ay kumakatawan sa ating isip at ang mga bola ay kumakatawan sa ating mga iniisip. Kapag may iniisip tayo, para tayong tumutok sa isa sa mga bola sa 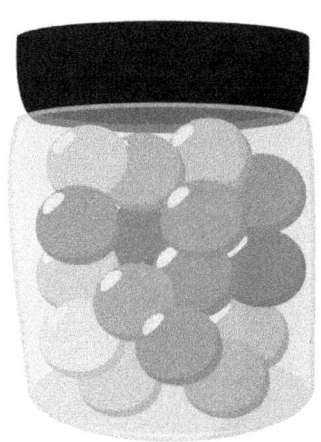 garapon. Ngayon sabihin natin na ang mga kulay kayumanggi na bola ay maling pag-iisip. Karamihan sa mga tao ay nagsisikap na baguhin ang paraan ng kanilang pag-iisip sa pamamagitan ng pagpili na huwag tumuon sa isang kulay kayumanggi na bola at sa halip ay tumuon sa ibang bola. Binago nga nila ang tampulan ng iniisip nila PERO hindi nila binago ang maling pag-iisip. Nandoon pa rin ang kayumangging bolang iyon, naninirahan sa kanilang isipan. Ang pagpapalihis ay hindi magdadala ng pagbabago. Ang tanging paraan para mapanibago ang ating isipan ay ang ipagpalit ang kayumangging bolang iyon sa isang bagong kulay mula kay Hesus.

Mga Taga-Roma 12:2 (ESV) "Huwag kayong umayon sa sanglibutang ito, kundi magbago kayo sa pamamagitan ng pagbabago ng inyong pag-iisip, upang sa pamamagitan ng pagsubok ay

inyong mabatid kung ano ang kalooban ng Diyos,
kung ano ang mabuti at kaayaaya at ganap.

2 Mga Taga-Corinto 10:5 (ESV) "Aming sinisira ang mga argumento at ang bawat mapagmataas na opinyon na itinataas laban sa kaalaman ng Diyos, at binibihag ang bawat pag-iisip upang sumunod kay Kristo"

BAWAT kaisipan ay kailangang hamunin o subukin laban sa Katotohanan. Marami sa ating mga iniisip na alam nating "mali" ngunit marami pang mga kaisipan na pare-parehong mali na hindi natin nakikilala. Maraming kasinungalingan ang LUBOS nating bulag hanggang sa dalhin sila sa Liwanag para sa pagsubok. Halimbawa, binago ng relihiyon ang ilang mga takot sa pamamagitan ng pagtawag sa kanila na "karunungan." Dahil dito, marami sa ating mga iniisip na aalisin natin bilang "karunungan" ay talagang takot—na baguhin lang. Ang mga kasinungalingan na binago bilang katotohanan ay posibleng MAS nakakapinsala dahil hindi natin napapansin ang pagkawasak na dulot nito. Iyon ang dahilan kung bakit dapat nating dalhin ang bawat pag-iisip kay Hesus.

Ang pagdadala ng lahat kay Hesus ay ang susi sa pagpapanibago ng isip. Ito ang unang hakbang. Ang diskarte ay na habang natututo tayong dalhin ang lahat kay Hesus, lumipat tayo sa PAGTITILO at pagmamahal MULA sa koneksyon kay Hesus. Sumama na kami sa walang hanggang pag-ibig na sayaw. Ngunit karamihan sa atin ay nabubuhay bilang mga ulila na nanghihingi ng mga basura mula sa mesa ng relihiyon. Habang binabago natin ang ating isipan, malalaman natin ang katotohanan tungkol sa kung sino tayo at iyon ang magpapabago sa ating buhay at sa mundo sa ating paligid. Ngayon para sa aking dalawang paboritong paraan ng pagpapanibago ng isip...

Pumunta sa Engkwentro

Ang Engkwentro ay ang salitang ginagamit ko upang ilarawan ang anumang may kamalayan na pakikipag-ugnayan natin kay Hesus. Ginagamit ko ang salitang "malay" dahil tayo ay patuloy, walang malay, na nakikipag-ugnayan sa Diyos. Sa katunayan, ginugol natin ang ating buong buhay nang walang kamalayan sa pakikipag-ugnayan sa Diyos at sa kaaway—hindi lang ito napagtanto ng ating mga kaluluwa. Ang ating espiritu at espiritu ng Diyos ay IISA...kaya siyempre sila ay patuloy na nakikipag-ugnayan! Ang ating kaluluwa ay hindi lamang natutong makinig sa kung ano ang nangyayari na sa ating espiritu. Ang pakikipag-ugnayan sa Diyos, at sinasadyang pakikipag-ugnayan sa Kanya, ay nagsasanay sa ating mga kaluluwa na umayon sa ating panloob na katotohanan. Tinatawag ko itong isang engkwentro ngunit maaari itong tawaging panalangin, pakikipag-ugnayan, atbp., ang pangalan ay hindi mahalaga. Huwag map pahuli sa mga semantika, ang puso sa likod nito ay pareho—tayo ay pumipili ng may kamalayan at sinasadyang kumonekta kay Hesus sa isang personal na relasyon. At ang pagkakaroon ng malapit at personal na relasyon kay Hesus ang tanging pinakamahalagang bagay na magagawa ng sinumang mananampalataya.

Karaniwang kasinungalingan para sa mga tao na maniwala na hindi nila naririnig o nakikita ang Diyos. Paano iyon kung ISA tayo sa Kanya? Bagama't maaaring hindi natin makita o marinig si Hesus gamit ang ating pisikal na katawan, ang ating espiritu ay ganap na konektado sa Kanya. Ginugol ng ating mga kaluluwa ang karamihan (o lahat) ng ating buhay na tumutuon sa isa lamang sa tatlong dimensyon na ating ginagalawan. Lahat tayo ay multi-dimensyonal na nilalang na may katawan sa maraming dimensyon nang sabay-sabay. Ang ating mga espiritu ay nasa daigdig ng mga espiritu, na ngayon ay nakaupo sa mga makalangit na lugar (marami) at ang ating mga katawan ay nasa pisikal na mundo.

> 2 Mga Corinto 4:18 (BSB) "Kaya itinuon namin ang aming mga mata hindi sa kung ano ang nakikita, kundi sa hindi nakikita. Sapagkat ang nakikita ay pansamantala, ngunit ang hindi nakikita ay walang hanggan."

> 2 Mga Corinto 5:7 (BSB) "Sapagkat tayo ay lumalakad sa pamamagitan ng pananampalataya, hindi sa pamamagitan ng paningin."

Hebreo 11:1 (BSB) "Ngayon ang pananampalataya ay ang katiyakan ng ating inaasahan at ang katiyakan ng hindi natin nakikita."

Ang paglalakbay ng pagbabago at maging isang mananampalataya ay nangangailangan ng ating kaluluwa na magkaroon ng PANANAMPALATAYA sa espirituwal na mundo, ang pagkakaroon nito, at ang higit na katotohanan nito. Ang pagharap sa Diyos ay nagbabago sa pananaw at katotohanan ng ating kaluluwa upang maging makalangit ang pag-iisip at hindi makalupa (makalaman) na pag-iisip. Hinubog ng ating kaluluwa ang lahat ng pinaniniwalaan nito sa paligid ng mga karanasan nito sa "lasa, hawakan, tingnan" ang mundong ating ginagalawan. Ang ating mga kaluluwa, na nabulag ng sakit at pagkasira, ay nagpasya kung paano gumagana ang mundo at bumuo ng mga paniniwala sa paligid ng mga ideyang iyon. Nabubuhay tayo sa loob ng mga paniniwala ng ating kaluluwa hindi alintana kung ito ay tama o mali. Kaya naman napakahalaga ng pagbabago sa paraan ng ating iniisip.

Sinasala ng ating kaluluwa kung paano natin nakikita ang mundo sa paligid natin batay sa sistema ng paniniwala ng kaluluwa.

Halimbawa, kung ang ating kaluluwa ay naniniwala na hindi nito naririnig o nakikita ang Diyos, kung gayon ito ay kumikilos nang katulad ng larawang ito dito. Mayroon tayong mga mata at may mga tainga … Pinipili lang nating huwag makinig o makakita, LAMANG dahil naniniwala tayo sa kasinungalingan na hindi natin naririnig o nakikita si Hesus. Sinasala ng ating kaluluwa ang katotohanan batay sa pinaniniwalaan nito. Kung naniniwala tayo na tayo ay tinanggihan, tayo ay mabubuhay at makakaranas ng pagtanggi saan man tayo magpunta. Sa kabilang banda, kung naniniwala tayo na tayo ay minamahal, tayo ay mabubuhay at makakaranas ng pag-ibig kahit saan tayo magpunta—parehong katotohanan, magkaibang mga paniniwala. Ito ang dahilan kung bakit ang mga paniniwala ng ating kaluluwa ay napakahalagang itama at pagalingin para mabago ang ating buhay.

Kung naniniwala tayo na hindi natin maririnig ang Diyos, hindi natin Siya maririnig sa karamihan ng mga pangyayari dahil lang hinaharang natin ang ating pandinig sa Kanya (Tulad ng larawan). Iyan ang ating malayang pagpili, hindi ang kagustuhan ni Hesus. Nakatayo siya sa pintuan at kumakatok. Ang bawat kasinungalingan na pinaniniwalaan ng ating kaluluwa ay isang bloke na pumipigil sa atin na mabuhay sa katotohanan ng Langit. Habang pinipili nating paniwalaan ang sinasabi ni Hesus sa mga kasinungalingan ng kaaway, magbabago ang nakikita at nararanasan natin dahil naaalis ang mga harang na iyon. Ang bawat kasinungalingan ay nagsisilbing panala sa ating kaluluwa, katulad ng kung ano ang mangyayari kung magsuot tayo ng isang pares ng salaming pang-araw na may mga lila na lente. LAHAT ng makikita natin sa paligid natin ay magiging purple. Ngunit ang lahat ba ay talagang lila? Hindi.

Ang Diyos ay may sapat na LAKI para sagutin ang pinakamalaki at nakakatakot nating mga tanong. NAGHIHINTAY Siya na anyayahan sa pinakamadilim na bahagi ng ating mga kaluluwa, upang maipakita Niya sa atin ang katotohanan at pagalingin tayo! Gusto niyang maging malaya tayo sa lahat ng bagay, mula sa pinakamaliit na kasinungalingan hanggang sa pinakamalaki at nakakatakot na bagay na bumabagabag sa atin. Siya ay naghihintay, kumakatok sa pintuan ng ating mga puso, nag-aanyaya sa atin sa isang malalim at maligayang pagpapalagayang-loob na higit pa sa ating pinakamaligalig na mga pangarap.

Karaniwan, hindi naririnig o pisikal na nakatagpo tayo ni Hesus. Si Hesus ay espiritu at karamihan sa kanyang pakikipag-ugnayan sa atin ay nasa di-nakikitang kaharian. Bagama't lubos Niyang maihahayag ang Kanyang sarili sa mundong ito, mayroong kagandahan at kahalagahan sa pananampalatayang ginagamit natin upang makisali kay Hesus sa espirituwal na kaharian. Ang espirituwal na kaharian ay MAS totoo at mas nasasalat kaysa sa ikatlong-dimensyon na mundong ito...hindi pa lang natin ito napagtanto. Kung mas namumuhay tayo sa mga tuntunin at katotohanan ng espirituwal na kaharian, mas magagawa nating labagin ang mga tuntunin at katotohanan ng ikatlong dimensyon na ito. Ang pagbangon ng patay, paglalakad sa tubig, at pagpaparami ng pagkain ay "imposible" sa mundong ito. Sa espirituwal na kaharian bagaman, ito ay madaling elementaryang-antas. [Hebreo 6:1-2] Ang espirituwal na kaharian ay pumapalit sa sanlibutang ito sa lahat ng paraan—ang mga batas, katotohanan, at paraan ng paggana nito. At habang nagsisimula tayong mamuhay MULA sa kaharian na iyon (na mayroon na tayo), mas magiging higit sa karaniwan tayo sa mundong ito. Ang lahat ng sasabihin, mahalaga at MABUTI para sa atin na ituloy ang pakikipag-ugnayan kay Hesus sa espirituwal na larangan sa halip na masaktan na si Hesus ay hindi naririnig na nakikipag-usap sa atin o pisikal na nagpapakita.

Maaari nating piliin na magtiwala kay Hesus kahit na hindi natin nauunawaan ang Kanyang mga pamamaraan. Sinadya ni Hesus ang mga bagay na wala sa ating isipan. Ang Kanyang mga paraan ay hindi magkakaroon ng kahulugan, lalo na noong una nating makilala Siya dahil tayo ang pinakamaliit na katulad Niya sa puntong iyon. Habang tayo ay nasa paglalakbay ng pagbabago, mas magiging buo tayo at ang Kanyang mga paraan ay nagiging mas banyaga...dahil ang mga ito ay nagiging ating mga paraan din! Kaya, sa una, nakakatulong na piliin na maniwala na si Hesus ang nakakaalam at ginagawa niya ang lahat para sa ikabubuti natin, kahit na nakakasakit ito sa atin.

Bukod pa rito, hinihikayat kitang maging matiyaga at mapagbigay sa iyong sarili. Ang pag-aaral na makipag-ugnayan sa isang ganap na bagong kaharian ay magtatagal at magkakaroon ng kurba ng pag-aaral. Ito ay isang walang hanggang sayaw ng pag-ibig na sinalihan namin at hindi namin "alamin ang lahat" sa loob ng takdang panahon na aming inaasahan. Maging matiyaga sa iyong sarili; karamihan ng iyong buhay ay ginugol lamang sa pagiging may malay at sadya sa mundong ito. Sa parehong paraan kailangan nating matutunan kung paano mamuhay sa mundong ito (pakikipag-usap, paglalakad, pagtanda, atbp.), magkakaroon tayo ng proseso para matuto habang tayo ay nabubuhay mula sa espirituwal na larangan.

Pagninilay

Gusto kong ilarawan ang pagninilay bilang pag-atsara. Kapag tayo ay nagninilay-nilay, para tayong nag-aatsara sa isang tiyak na konsepto o paraan ng pag-iisip. Habang tumatagal tayo ay nag-aatsara sa isang bagay, mas natatanggap natin ang lasa ng ating pinag-ninilayan. Ang pagninilay ay epektibo at kaya naman paulit-ulit itong binabanggit sa Bibliya.

> Mga Awit 119:15 (ESV) "Pagninilayan ko ang iyong mga tuntunin at ituturin ko ang aking mga mata sa iyong mga daan."

> Isaias 26:3 (ESV) "Iyong iniingatan siya sa perpektong kapayapaan na ang pag-iisip ay nananatili sa iyo, sapagkat siya ay nagtitiwala sa iyo."

Napagtanto man natin o hindi, palagi na tayong nagninilay. Ang tanong ay ano ang ating pinag-ninilayan? Maaari tayong magnilay-nilay sa anumang bagay- mabuti o masama. Kung tayo ay naninirahan sa mga pag-iisip ng kakulangan, takot, o hindi pagpapatawad halimbawa, kung gayon tayo ay nagninilay sa KASINUNGALINGAN mula sa kaaway. Ang mga kasinungalingang iyon ang magiging lasa na ating inaatsara at negatibong makakaapekto ito sa ating buhay. Masisira natin ang isang napakasarap na steak kung inatsara natin ito sa lason. Ang ating kaluluwa ang magpapasya kung ano ang iisipin nito. Kapag pinili nating mag-isip tungkol sa mga bagay sa Langit, ito ay magpapalala sa ating mga iniisip, na positibong makakaapekto sa ating buhay. Kung mas binibigyang pansin natin ang ating mga iniisip at nagiging intensyonal ang ating pinag-iisipan, mas mabilis nating makikita ang pagbabago. Ang pag-papanibago ng ating isipan ay hindi tungkol sa pagpupuno at pagpili na mag-isip tungkol sa ibang bagay. Ito ay nag-aatsara sa Salita ng

Diyos kahit na sa harap ng magkasalungat na mga pangyayari at akusasyon. Sa pamamagitan ng pagpili na magnilay-nilay sa

Ito ay nag-aatsara sa Salita ng Diyos kahit na sa harap ng magkasalungat na mga pangyayari at akusasyon. Sa pamamagitan ng pagpili na magnilay-nilay sa mga pangako at katotohanan ng Diyos, sinasadya nating mag-atsara sa isang bagay na mabuti. Ang pagninilay-nilay sa katotohanan ay magsisimulang tikman ang ating buong kaluluwa sa pagpapapagaling at buhay at iyon ang magpapanibago sa ating isipan!

Ang mga ama at ina ng pananampalataya ay kilala sa pagmumuni-muni araw at gabi. Kadalasan ang kanilang mga pagmumuni-muni ay simple at maikli, ngunit pinahintulutan nila ang simple at maikling pariralang iyon na ubusin at baguhin ang mga ito. Kahit na ang isang maikling bagay tulad ng "Ako ay minamahal at ako ang sagisag ng Pag-ibig" ay maaaring radikal na baguhin ang ating buhay habang sinisimulan nating i- asimilahin ang pariralang iyon bilang katotohanan.

Ang isa sa mga pinakamadaling paraan upang maging sinasadya sa pagmumuni-muni ay ang makinig sa mga sermon o magbasa ng libro sa isang partikular na paksa. Humanap ng isang tagapagsalita/may-akda na sa tingin mo ay naaayon sa puso ng Diyos at makinig sa mga mensahe tungkol sa paksang binago mo ang iyong isipan. Mayroon akong listahan ng mga tagapagsalita at mensahe sa seksyong mga mapagkukunan sa likod ng aklat. Ang mga sermon at librong ibinahagi ko ay ang personal kong ginamit upang pagnilayan at pagbago ng aking isipan. Habang nakikinig sa sermon o nagbabasa ng libro, nakipag-ugnayan ako kay Yahweh upang makita kung paano naaangkop ang mga bagay sa aking buhay. Nakakatulong din ito dahil sasalain ni Yahweh ang anumang bagay na hindi para sa akin. Pagkatapos kong makinig ng sermon o magbasa ng libro, iisipin ko ang sinabi at mag-atsara sa mga turo nito. Para sa talagang magagandang sermon, paulit-ulit kong pakikinggan ang mga ito... at maririnig ko ang mga bagong bagay sa bawat pagkakataon!

Ang isang mahirap na bagay tungkol sa pagmumuni-muni ay

ang pag-aalala na gawin ito! Sa kanluran, kami ay abala kaya maaaring makatulong na maitayo ng mga paalala para sa iyong sarili. Ang isang kapaki-pakinabang na susi ay isaalang-alang kung PAANO ka natututo nang pinakamahusay at pumili ng mga paalala na pinakaangkop sa iyo. Maraming mga paraan upang paalalahanan ang ating sarili na maging intensyonal tungkol sa kung ano ang ating pinagtutuunan. Narito ang ilang ideya na nakita kong kapaki-pakinabang:

- Magtakda ng alarma sa iyong telepono. Kapag gusto ko talagang magkaroon ng isang bagay na nakaangkla sa aking puso, itakda ako ng alarma na tutunog bawat oras (o kalahating oras) mula 9 umaga hanggang 9 ng gabi. Sa bawat oras na tumunog ang aking alarma, sinasadya kong ituon muli ang aking atensyon sa isang partikular na taludtod o parirala. Ginagawa ko ito hanggang sa makita ko ang isang

  pagbabago sa aking pag-iisip (o mga aksyon) na nagpapakita na ako ay naniniwala sa kung ano ang aking pinag-iisipan. Grabe ba? Siguro. Gumagana ba? Oo. Kung itutuon natin ang ating pansin sa bawat oras sa katotohanan, ito ay ganap na magbabago ng mga bagay. Hindi mo kailangang gawin ito bawat oras; ito lang ang nakita kong nakakatulong.

- Gumamit ng mga pisikal na paalala. Kadalasan, binabago ko ang likuran ng aking telepono upang maging parirala o katotohanang pinag-iisipan ko. Mahilig din akong maglagay ng mga talaan sa paligid ng bahay at sasakyan. Nagsuot ako ng goma sa aking kamay o gumuhit ng isang parirala sa aking braso.

Ang mga ideya ay walang limitasyon kung paano natin mapaalalahanan ang ating sarili. Gayunpaman, sa aking paglalakbay sa pagpapagaling, natutunan ko na mahalagang magnilay-nilay sa katotohanan at patuloy na makisali kay Hesus. Ang dalawang bagay na ito ang ginamit ko sa aking personal na paglalakbay sa pagbabagong-anyo at sila pa rin ang ginagamit ko hanggang ngayon. Kapag nagpunta ako sa mga engkwentro, tinutugunan ko ang mga sugat at kasinungalingan sa aking kaluluwa. Pagkatapos ay kukunin ko ang katotohanang natutunan ko at kakapit dito, pagninilay-nilay hanggang sa maging angkla sa aking kaluluwa. Ang ugali ng pagdadala ng mga bagay kay Hesus ay naging normal na sinimulan kong gawin ito nang tuluy-tuloy. Ako ngayon ay nananatili, nabubuhay mula sa, ang aking pagkakaisa at koneksyon kay Yahweh sa halip na makipag-ugnayan lamang sa Kanya kapag ako ay nasasaktan. Bago ka matutong sumunod, magsisimula ito sa pagkakaroon ng kamalayan at intensyonal sa iyong kaluluwa. Pagkatapos ay maaari mong palaguin ang iyong kakayahan at tumuon upang manatiling konektado nang mas matagal sa iyong kaluluwa.

Kabanata Lima:

MGA TUWERKA AT ROSKA NG PAKIKIPAG-UGNAYAN KAY YAHWEH

Ang kabanatang ito ay isang listahan ng mga pabuya at ang aking pinakamahusay na mga paliwanag kung paano makisali sa espirituwal na kaharian at makaharap si Yahweh. Napakaraming impormasyon sa paksang ito—literal itong isang bagong mundo. Isipin na sinusubukang hatiin ang ikatlong dimensyon na ito sa isang tao sa isang dalawang-dimensyon na mundo. Ang dami mo lang kayang ipaliwanag. Sa kalaunan ay kailangang piliin ng tao na makisali sa kaharian na iyon upang maranasan ito para sa kanilang sarili. At iyon ang aking pag-asa, na ang aklat na ito ay nagtuturo sa iyo kay Hesus at nagbibigay sa iyo ng mga kasangkapan na kailangan mo upang makisali kay Hesus sa personal at tunay na paraan. Ang susunod na pares ng mga kabanata ay may MARAMING impormasyon na nakabalot sa kanila. Kinailangan ko ng mahigit isang dekada upang maunawaan at makapaglayag ang mga kasangkapan sa aklat na ito. Kaya, hinihikayat ko kayong maglaan ng oras sa pagbabasa ng mga ito, at unawain na kakailanganin ng oras upang maproseso ang lahat ng ito.

Sa una, pumili ng isang tahimik na lugar para sanayin ang pakikipag-ugnayan kay Yahweh.

Ang aming mga utak ay ginagamit sa patuloy na pagpapasigla. Karamihan sa mga tao ay hindi nagpupunta sa banyo nang wala ang kanilang mga telepono dahil ang kanilang mga utak ay sinanay (talagang gumon) sa patuloy na pagpapasigla. Maaari itong mga laro, teks, o social media; hindi mahalaga kung ano ang ginagawa namin sa aming mga telepono. Ang punto ay naturuan namin ang aming mga utak na maging patuloy at madalas na walang pag-iisip na gumagawa ng isang bagay. Kaya iminumungkahi ko na pumili ng isang lugar na may kaunti o walang mga paggambala upang simulan ang pakikipag-ugnayan o sinasadyang tumuon sa Diyos.

> Salmo 46:10 (BSB) "Manahimik ka at kilalanin mo na ako ang Diyos…" O ganito ang sabi ng Pagsasalin ng Pasyon: "Tumahimik ka at itigil mo ang iyong pagsusumikap at makikita mo na Ako ang Diyos…"

Ang pagiging walang kilos, tahimik (sa ating mga pag-iisip din), at pagtutuon ng ating pansin at intensyon kay Hesus ang unang lugar upang magsimula. Madalas mahirap sa una dahil hindi nasanay ang ating isipan na maupo. Kami ay patuloy na nagbulumbon o nag-iisip. Ang mabuting balita ay kapag mas pinipili nating manahimik at tumutok, mas magiging madali ito.

Magtanong ng isang katanungan (o maghintay kay Hesus) habang sadyang nakatuon sa Kanya. Tandaan, ang bahagi sa atin ay isa na sa Kanya, ang kaibahan ngayon ay sinasadya nating magsanay na kumonekta sa Kanya nang may kamalayan. Patuloy mong itinuturo ang iyong pagtuon at pag-iisip sa trabaho, buhay, pangangarap ng gising, takot, atbp. Sa halip, pinipili mong ituon ang iyong atensyon at tumuon kay Hesus. Habang pinili mong tumahimik, maaari ka lang makakita ng itim o blangko na iskrin sa una at ok lang iyon. Habang nakatuon ka kay Hesus, kahit na hindi mo Siya nakikita, maaari kang magtanong sa Kanya. Si Hesus ay maaaring magpakita sa iyo ng isang larawan o isang buong eksena (pangitain), katulad ng paraan ng pagtingin natin sa mga panaginip kapag tayo ay natutulog o nangangarap ng gising. Maaari mong marinig si Hesus sa iyong puso, katulad ng kung paano ka magkakaroon ng pag-uusap sa iyong isip. Ito ang panimulang pagsasanay ng pagsisimula ng isang personal na relasyon sa Kanya sa iyong kaluluwa. Ang ilang magagandang katanungan na maaari mong itanong ay:

- Ano ang gusto mong sabihin sa akin ngayon?

- Ano ang gusto mong ipakita sa akin ngayon?

- Ano ang gusto mong pagalingin sa puso ko ngayon?

- Ano ang gusto mong sabihin sa akin tungkol sa... (panaginip, kaganapan, tao, atbp.)?

Ito rin ay kahanga-hanga at makapangyarihan na maghintay lamang kay Yahweh at umupo nang tahimik sa Kanyang presensya. Minsan Siya ay nagsasalita at kung minsan ay may kagalingan at tagumpay na nagmumula sa pagiging pa rin sa Kanyang presensya.

Makinig sa sinasabi Niya! Napakasimple, pero napakahirap umalis. Kami ay sinanay sa relihiyon na gawin ang lahat ng pag-uusap. Itinuturo sa atin ng relihiyon na "manalangin" nang hindi nakikinig. At kadalasan, hindi man lang nagdadasal. Ito ay hinihingi o pag-ungol tungkol sa aming sakit at kakulangan sa ginhawa. Kaya sa halip, kapag pinipiling sumama sa isang engkwentro — MAKINIG sa Kanyang sinasabi. Parte ito ng pagiging PAYAPA. Magtanong at MAKINIG o maghintay ka na lang kay Hesus ng hindi man lang nagtatanong, tumutok ka lang sa Kanya.

Paano ko malalaman na hindi ako gumagawa nito? Ang lahat ng ito ay SOBRANG dayuhan sa amin sa una. Ang iyong isip ay malamang na sisigaw, "Ito ay baliw! Hindi ito totoo! (O paborito ko) Parang kulto.". Nakarating na ako, at kung minsan ay kinukuwestiyon ko pa rin ang nakakabaliw na bahagi! Lahat ng bagay sa Kaharian ay ibang-iba sa mundo sa paligid natin—ito ay baliw sa mundong ito at makamundong pag-iisip! PERO may MAGANDANG prutas dito! Prutas na natitira!

> *1 Juan 4:1 (BSB) "Mga minamahal, huwag ninyong paniwalaan ang bawat espiritu, ngunit subukin ninyo ang mga espiritu upang makita kung sila ay mula sa Diyos. Sapagkat maraming bulaang*

propeta ang lumabas sa mundo."

Ako ay hindi kapani-paniwalang nawasak sa aking kaluluwa. Naniwala ako sa napakaraming kasinungalingan at sobrang walang katiyakan ako. Ako ay isang gulo kahit na ako ay malalim na relihiyoso. Hindi ako inalis ng relihiyon sa aking sakit—akala ko kailangan kong magdusa sa buhay na ito hanggang sa ako ay mamatay bago ako magkaroon ng WALANG HANGGAN at SAGANG buhay. Nagbago ang lahat nang magsimula ako ng personal na relasyon kay Hesus sa kampo ng taglamig. Si Hesus ay naging totoo, personal, at nahahawakan sa akin. Habang pinahintulutan ko Siya, pinagaling ni Hesus ang aking sakit at itinuwid ang mga kasinungalingan na pumipigil sa akin. IYAN ay magandang prutas. Ang ginagawa natin ay sinusuportahan ng salita. Kahit sa Lumang Tipan, gusto ng Diyos ng personal na relasyon sa atin. At ilang mga tao ang piniling makipag-ugnayan sa Diyos at magsabi ng "oo" sa Kanya kahit na nakakatakot o hinamon ang lahat ng kanilang nalalaman. Lumakad ang Diyos kasama ni Adan. Si Abraham ay kaibigan ng Diyos. Umakyat si Moises sa bundok upang makita ang Diyos. Inanyayahan ang mga Israelita na pumunta pero pinili nilang wag dahil natatakot sila! Si Haring David ay isang taong ayon sa puso ng Diyos. Sina Enoc at Elias ay naniwala sa Katotohanan hanggang sa punto na hindi sila namatay—sa halip, sila at ang kanilang mga katawan ay dinala! Maraming makapangyarihang lalaki at babae ang nakipag-ugnayan kay Yahweh, bago pa man dumating si Hesus. Ang mga ama at ina ng pananampalatayang ito ay may personal na kaugnayan sa Diyos. Si Yahweh ay hindi malayo. Gusto niya ng malapit at personal na relasyon sa bawat isa sa kanyang mga anak.

Upang sagutin ang orihinal na tanong na "Paano ko malalaman na hindi ko ito ginagawa?" ...malamang na hindi mo malalaman kung ginagawa mo ito o hindi sa una. Nangangailangan ito ng PANANAMPALATAYA at ang pananampalataya ay ang pagtitiwala sa ating inaasahan at katiyakan sa hindi natin nakikita. Tulad ng nasabi ko na noon, karamihan sa mga tao ay gumugugol ng kanilang buhay na may kamalayan sa mundong ito lamang— kadalasan ay walang alam sa kaluluwa at kadalasang walang alam sa kanilang espiritu at sa espirituwal na kaharian. Ang maniwala na mayroong isang buong ibang kaharian (at bahagi mo na umiiral na sa kaharian na iyon) ay lampas sa mundong ito... sa literal sa pamamagitan ng kahulugan. Ito ay malamang na mabaliw at parang ginagawa mo ito sa simula. Kaya sa pananampalataya, pinili mong maniwala kay Hesus at pinili mong magsimula ng isang personal na relasyon sa Kanya. Sa paglipas ng panahon, habang nagpapagaling at nararanasan ng iyong kaluluwa si Yahweh, makikita mo ang pagbabago para sa kabutihan. Ang iyong mga iniisip, damdamin, at emosyon ay nagbabago habang ikaw ay higit na sumasang-ayon kay Hesus at sa katotohanan. Magkakaroon ka ng higit na kapayapaan, kagalakan, lakas ng loob, at kalusugan.

Magsisimula ka ring mapansin na ang mga bagay na nakikita at naririnig mo sa mga engkwentro ay lampas sa iyo. Makakarinig ka ng mas matalinong mga kaisipan, mas malalim na mga konsepto, o makakakita ng mga larawan ng mga bagay na hindi mo naisip. Halimbawa, ang isang kaibigan ko ay nagpupumilit na malaman kung totoo ang engkwentro o hindi at sinabi sa kanya ni Hesus ang isang salita na hindi niya alam ang kahulugan nito. Nang tingnan namin ang salita, ito talaga ang kailangan niyang marinig, ngunit wala sa amin ang nakakaalam ng salita! Sosorpresahin ka ni Hesus at gustong makipag-ugnayan sa iyo sa personal na paraan. Hinihikayat kita na HUWAG hayaan ang pag-iisip na "Ginagawa ko ito" na pumagitna sa iyo at kumonekta kay Hesus. Ngayong kinumpirma namin na malamang na iisipin mo na ginagawa mo ito sa simula, gusto kong bigyan ka ng ilang tip kung paano magsimula...

Habang sinasadya na nakikipag-ugnayan sa Diyos, tandaan:

1. **Magtanong sa iyong engkwentro!** Kapag nakikipag-usap sa Diyos, maging parang bata at magtanong ng "Bakit?" hanggang sa masiyahan ka. Maglaro ng 20 tanong kay Jesus sa tuwing may sasabihin Siya sa iyo o may ipapakita sa iyo.

   Kawikaan 25:2 (BSB) "Kaluwalhatian ng Diyos na

itago ang mga bagay, ngunit ang kaluwalhatian
ng mga hari ay siyasatin ang mga ito"

Sa pamamagitan ng disenyo, hindi ipinaalam ng Diyos ang lahat ng bagay kapag ipinakita Niya sa atin ang mga pangitain. Aalisin niyan ang relasyong bahagi ng engkwentro! Nais Niya tayong maghukay at magtanong at kumonekta sa Kanya. At nakakatuwa sa ganoong paraan! Mas matututo tayo tungkol sa Kanya kapag nagtanong tayo ng "Bakit?". Hindi magiging masaya ang scavenger hunts kung ang lahat ay nakikita. Sinadya ng Diyos na itago ang mga bagay na mahahanap natin sa mga pagtatagpo.

2. **Makipag-usap sa buong Diyos**. Sa isang engkwentro, sinasadya ng iyong kaluluwa na tumuon sa Ama, Jesus, o Banal na Espiritu at makipag-usap sa Kanya. Mainam na magkaroon ng malusog na relasyon sa LAHAT ng Panguluhang Diyos. Kaya't magpatuloy sa pakikipagtagpo sa Amang Diyos, Espiritu Santo, at Hesus. Maaari kang sumama sa lahat ng tatlo nang sabay-sabay o pumunta sa iba't ibang pakikipagtagpo sa bawat isa nang hiwalay. Kung hindi mo pa nakilala o nakatagpo ang isa sa mga bahagi ng Panguluhang Diyos, tanungin ang bahagi ng Panguluhang Diyos na pamilyar sa iyo na ipakilala ka sa ibang mga miyembro. Iminumungkahi ko kapag nakilala mo ang isang bagong bahagi ng Panguluhang Diyos, tanungin sila ng mga tanong tulad ng:

   - Ano ang tingin mo sa akin?

   - Ano ang gusto mong sabihin sa akin ngayon?

   - May gusto ka bang ipakita/ituro sa akin?

3. **Ang mga kasinungalingan ay humahadlang sa ating kakayahang makisali**. Kung hindi mo naririnig, nakikita, o nararamdaman ang Diyos, mangyaring tandaan na ang iyong kaluluwa ay dapat na naniniwala sa isang kasinungalingan at ang kasinungalingan ay humahadlang sa iyong kakayahang kumonekta. ISA ka na kay Yahweh

at hindi pinipigilan ng Diyos ang Kanyang sarili mula sa iyo. Kaya kung nagkakaproblema ka sa pagkonekta, ito ay isang simpleng pag-aayos at tiyak na hindi ipinagkakait sa iyo ni Hesus. Sa una, maaari ka lamang makakita o makarinig ng isang salita. Iyon ay ok at karaniwan. Ang iyong kaluluwa ay maaaring tumutok at kumonekta kay Hesus sa espirituwal na kaharian, ngunit ito rin ay tulad ng isang kalamnan na nangangailangan ng ehersisyo. Kakailanganin ng iyong kaluluwa na magsanay na tumuon kay Hesus at sa espirituwal na kaharian upang mapalago ang kapasidad nito na manatiling konektado nang mas matagal. Inaanyayahan kang MABUHAY mula sa palagiang koneksyon kay Hesus, na kilala rin bilang masunurin. Kailangan ng oras para huminog doon, ngunit ito ay magagamit mo kung pipiliin mo ito. Sa ibaba, mayroon akong isang buong seksyon ng mga padulas para sa pag-alis ng mga bloke at kasinungalingan upang matulungan kang kumonekta nang mas mahusay. Ngunit kahit ganoon, ang iyong kaluluwa ay mangangailangan pa rin ng pagsasanay at kailangang palaguin ang kapasidad nito upang manatiling sinasadyang manatili at konektado kay Hesus.

4. **Patawarin ang Diyos kung ikaw ay nagalit o nasaktan sa Kanya bago ka pumiling makipag-ugnayan.** Ang pagkakasala at mga akusasyon laban sa Diyos ay nagpapatigas sa iyong kaluluwa mula sa malinaw na pakikinig sa Diyos (o kahit na sa lahat). Malamang na hindi mo makikita o maririnig sa isang engkwentro dahil sa galit sa iyong puso sa Diyos. Sa halip, piliin na patawarin si Hesus para sa pagkakasala na mayroon ka sa Kanya. Ang kaaway ay nagsinungaling sa iyo at ikaw ay nagpapatigas sa iyong sarili laban sa manggagamot. Sa sandaling isuko mo ang paratang at pagkakasala, pagkatapos ay maaari kang pumunta sa kanya na may sakit at tumanggap ng kagalingan at kapayapaan. Upang maging malinaw, si Hesus ay hindi nagkakasala o gumagawa ng anumang mali, ngunit hindi ito pumipigil sa ating mga kaluluwa

na masaktan sa Diyos para sa isang bagay na nadama natin sa ating sakit. Kadalasan, naiipit (naharang) tayo sa mga akusasyon laban sa Diyos, halimbawa, "Bakit Mo pinayagan

_____" o "Nasaan Ka noong _____" o "Paano ka magiging mabuti o magmahal kung _____". Ang mga akusasyon, galit, at pagkakasala sa Diyos ay nakakasakit LAMANG SA IYO. Pinipigilan ka nila mula sa pagpapapagaling at katotohanan sa pamamagitan ng iyong sariling pagpili. Kaya, hinahamon ko kayo na piliin na patawarin ang Diyos upang kayo ay gumaling.

5. **Isuko ang mga tanong na gusto mong masagot ng Diyos para hindi sila idolo sa puso mo kapag nakipag-engkwentro ka.** Ito ay isang malaki. GUSTO namin ang mga sagot, lalo na

kapag tayo ay nasasaktan. Ito ay nagpapadama sa atin na may kontrol. Ngunit ang mga sagot ay hindi ang kailangan mo. Hindi maaalis ng mga sagot ang sakit na nararamdaman mo. Kailangan mo si Hesus, hindi ang mga sagot, at alam Niya iyon. Kung pinanghahawakan mo ang isang tanong na hinihiling mo (o hinihiling) na masagot, kung gayon ikaw ay nasa panganib na madungisan ang pakikipagtagpo kay Hesus, kung maaari kang kumonekta sa lahat.

6. **Pinakamainam na walang adyenda kapag may engkwentro.** GUSTO ng Panginoon na pagalingin ka, ALAM Niya kung ano ang mali, at ang Kanyang oras ay laging PERPEKTO. Sa pagsasabi niyan, kapag tayo ay nagpupunta sa Diyos, kung minsan ay maaaring piliin Niya na magsalita tungkol sa iba't ibang bahagi ng ating puso kaysa sa kung ano ang hinahanap nating kagalingan. At ayos lang! Magtiwala sa Kanyang tiyempo. Kung mayroon tayong adyenda, mapapalampas natin kung ano talaga ang gustong gawin ng Diyos. Kadalasan, kailangan nating palaguin ang ating kakayahang magtiwala sa Diyos

bago matugunan ni Hesus ang MALAKING masasakit na pangyayari at kasinungalingan.

7. **Tandaan na karaniwan kang nagpapatuloy sa mga pakikipagtagpo sa pamamagitan ng lente o mga salain ng iyong kaluluwa.** Ang iyong kaluluwa ay naglalaman ng iyong malayang kalooban kaya ito ang tumatawag ng mga pagbaril. Maaari kang makatagpo ng mga bagay na hindi makatotohanan sa mata ng iyong kaluluwa dahil nararanasan mo ang (mga) mundo sa paligid mo sa pamamagitan ng mga salain ng iyong mga paniniwala. Ang parehong paraan ay magiging kulay ang lahat kung nagsusuot ka ng lila na salamin—ang iyong "nakikita" ay nakukulayan sa pamamagitan ng mga paniniwala ng iyong kaluluwa. Dahil dito, mahalagang malaman ang Bibliya at kung ano ang sinasabi nito tungkol sa atin at sa Diyos para malaman mo kung ano ang totoo at hindi.

> *1 Juan 4:1 (BSB) "Mga minamahal, huwag ninyong paniwalaan ang bawat espiritu, ngunit subukin ninyo ang mga espiritu upang makita kung sila ay mula sa Diyos. Sapagkat maraming bulaang propeta ang lumabas sa mundo."*

Ang Diyos ay siya ring kahapon, ngayon, at magpakailanman. Hindi Niya sasalungat sa Kanyang sarili. Kaya, kung nakatagpo ka ng isang bagay na sumasalungat sa Diyos o sa Bibliya, nakatagpo ka ng kasinungalingan sa iyong kaluluwa! Halimbawa, kung nakikita mo ang isang pangitain ng Diyos na tahimik at malayo habang ang Kanyang mga braso ay naka-krus sa iyo, iyon ba ay

katangian ng Diyos na inilarawan sa Bibliya? HINDI. Pero yun ba ang makikita mo? Malamang na gagawin mo ito dahil iyon ang pinaniniwalaan mo tungkol sa Kanya. Ang pinaniniwalaan mo ay kung paano mo malalaman ang mundo sa paligid mo. Kaya, kung sakaling magkaroon ka ng karanasan sa pakikipagtagpo na hindi naaayon sa Bibliya o Katotohanan, pagkatapos ay tawagin ito kung ano ito—isang kasinungalingan!

Upang alisin ang isang kasinungalingan mula sa pagsala sa iyong engkwentro, maaari itong maging kasingdali ng pasalitang pagsasabi ng isang bagay tulad ng " Sinisira ko ang kasunduan sa kasinungalingan na (ipasok ang kasinungalingan o tawagin kung ano ang kontra-Biblikal sa iyong pakikipagtagpo)". Iminumungkahi kong sabihin mo ito nang malakas dahil maririnig nitong binibigyang-diin ang iyong paglabag sa kasunduan sa kasinungalingan at sa mga epekto nito sa pagsasala. Kapag tinalikuran mo ang (mga) kasinungalingan, kadalasan ay agad na nagbabago ang larawan dahil inalis mo ang purple na salaming pang-araw. (Higit pang mga tip sa pag-aayos ng problema ay nasa susunod na seksyon.)

8. **Magpatuloy sa pakikipagtagpo LAMANG sa Diyos (Hesus, Amang Diyos, o Espiritu Santo).** Madaling mailigaw sa daigdig ng mga espiritu, kaya siguraduhing lagi mong sinasadya at sinasadya ang isang tao sa Panguluhang Diyos. Mahalaga ito kapag nakikipag-usap sa ibang mga nilalang, ito man ay ang ulap ng mga saksi, mga anghel, o lalo na ang isang mahal sa buhay na lumipas na. Ang ating mga ideya sa relihiyon ay patuloy na hahamon sa mabuting paraan kapag nakikipagsapalaran kasama si Yahweh. Iyan ay mabuti, kahanga-hanga, at bahagi ng proseso ng pagbabago. PERO sisikapin ka ni Satanas na linlangin, at iyon ang gusto kong bigyan ka ng babala at mag-ingat.

   2 Corinto 11:14-15 (BSB) "Si Satanas mismo ay nagkukunwaring anghel ng liwanag. Hindi kataka-taka, kung gayon, kung ang kanyang mga lingkod ay nagkunwaring mga lingkod ng katuwiran."

   1 Juan 4:1 (BSB) "Mga minamahal, huwag ninyong paniwalaan ang bawat espiritu, ngunit subukin ninyo ang mga espiritu upang makita kung sila ay mula sa Diyos. Sapagkat maraming bulaang propeta ang lumabas sa mundo."

9. **Maging pare-pareho sa "ulitin" na mga trigger at masakit.** Isipin ito sa ganitong paraan: ang ating kaluluwa ay may masamang ugali na nagdadala ng sakit. As much as it doesn't make sense, it is a HABIT kahit nasasaktan tayo. Minsan sa pagpapagaling, pinapagaling ni Hesus ang sakit, kasinungalingan, AT ugali. Isa itong one-and-done deal. Ang mga pagpapagaling na iyon ay kahanga-hanga, at pinahahalagahan namin ito kapag nangyari ito sa ganitong paraan. NGUNIT may isa pang paraan ng pagpapagaling na pantay, posibleng higit pa, mahalaga; pagpapagaling ng sandali sa sandali. Minsan pinagaling ni Jesus ang mga sakit habang dinadala natin sila sa Kanya, ngunit nananatili ang ugali ng pagdadala ng sakit (o kasinungalingan). Sa kasong ito, ang aming pagpapagaling AY totoo at AY gumana sa unang pagkakataon. Ngunit pagkatapos ng aming pagpapagaling na engkwentro, WALANG MALAY ang aming kaluluwa na kumilos sa dati nitong ugali at dinampot ang sakit at muling nagsinungaling. MAAARING baguhin ang bawat ugali, ngunit nangangailangan ito ng oras at pagkakapare-pareho. Kung dinadamdam ng iyong kaluluwa ang sakit o magsinungaling muli, dalhin ito kay Hesus nang paulit-ulit kung kailangan mo. Ito ay simple: kung hindi tayo huminto, ang masamang gawi ng ating kaluluwa ay magbabago. Mas mabuti pa, ang BAGONG ugali ay magdadala ng lahat ng masakit kay Hesus! At IYAN ang posibleng dahilan kung bakit mas mahalaga ang paraan ng pagpapagaling na ito. Ang pagkakaroon ng instant healing ay kahanga-hanga, ngunit ang isang bagong ugali ay hindi naitatag. Ang pagtanggap ng kagalingan sa bawat sandali ay kahanga-hanga dahil nalaman ng ating kaluluwa na si Jesus ay matiyaga, mabait, at sapat na malaki sa bawat pananakit AT ang ating kaluluwa ay lumikha ng bagong ugali ng pagpunta kay Hesus para sa bawat sakit na nararamdaman.

Alam kong marami itong porma ng bala na dapat tandaan.

Huwag mabigla o isipin na kailangan mong "isipin ang lahat ng ito". Ito ang mga padulas at kasangkapan para matulungan kang magsimulang makipag-ugnayan kay Yahweh. Isa itong proseso at PAGLALAKBAY ng pagbabago. Ito ay mga tip lamang at mga bagay na natutunan ko na makakatulong sa iyo.

PAGSUSURI AT PAG-AAYOS KAPAG NAKABARA

Minsan ang ating kaluluwa ay nagyeyelo at naiipit kapag nagkakaroon ng engkwentro. Ang trauma at sakit ay may paraan ng pagtigil sa kaluluwa dahil ito ay nalulula (at kadalasan ay nararamdaman na walang kapangyarihan o walang pag-asa para sa isang pambihirang tagumpay). Maraming mga kadahilanan ang maaaring maging sanhi ng pagbara o panghihimasok kapag nakakaharap natin ang Diyos. Tandaan na ang espirituwal na kaharian ay isang ganap na bagong mundo, kaya kakailanganin ng oras at pagsasanay sa pagtunton sa isang bagong lugar. Sa espirituwal na kaharian, hindi nagmamadaling matuto ng isang bagay "sa oras" dahil ang espirituwal na kaharian ay nasa labas ng dimensyon ng oras. Kami ay nasa isang paglalakbay kasama si Yahweh, kasama sa isang magandang sayaw ng pag-ibig. Hindi siya nagmamadali. Bagama't ang bawat isa ay may kanya-kanyang paglalakbay ng pagbabago, umaasa ako na ang kabanatang ito ay nakakatulong na magbigay ng kalinawan sa bagong mundong ito. Nasa ibaba ang isang listahan ng mga karaniwang hadlang na kinakaharap ng mga tao kapag sinusubukang makipag-ugnayan kay Hesus at sa espirituwal na kaharian.

1. **Huwag makipagsosyo sa panghihina ng loob o pagkabigo.** Ang pagpapagaling ay nangangailangan ng oras at gagawin ng kaaway ang lahat ng kanilang makakaya upang akitin ka sa isang kasunduan nang may pagkasira ng loob o pagkabigo. Ang panghihina ng loob at pagkabigo ay mula sa impiyerno at ang kaaway.

Panahon. Laging mayroon at laging magdadala sila ng kamatayan at BINABAGAL nila ang iyong paglalakbay sa pagpapagaling. Si Hesus ay hindi nasiraan ng loob o bigo. Nangangahulugan ito na maaari mong piliin na huwag makipagsosyo sa kanila.

Ang buhay na ito ay isang proseso at isang walang hanggang paglalakbay. Walang "destinasyon" o "pagdating" na naabot mo. Isipin mo ito bilang pakikipagsayaw kay Hesus. Gaano walang kuwenta ang magtanong kay Hesus, "Sabihin mo lang sa akin kung saan ako nakatayo sa dulo ng sayaw para makatayo ako doon ngayon." Na-miss mo ang kagandahan at koneksyon na makikita sa pagsasayaw nang sama-sama! Ikaw ay literal na bahagi ng isang walang hanggang sayaw ng pag-ibig, at ang kasiya-siyang bahagi ng sayaw ay ang sayaw, hindi sinusubukang "dumating" sa isang tiyak na lugar sa espirituwal na ginawa mo sa iyong isip. Kadalasan ang mga kasinungalingan ay may maraming mga patong na nagpapakita sa iba't ibang paraan sa buhay. Huwag mawalan ng pag-asa kung ang isang takot o isa pang negatibong emosyon ay nagatilyo pagkatapos ng isang nakakagamot na engkwentro. Dalhin muli ang isyu kay Hesus...at muli kung kailangan mo. Kaya lang ng puso ang napakaraming operasyon sa isang pagkakataon, kaya ang pagpapagaling ay nangyayari sa mga yugto. Minsan ang Diyos ay pumapasok at nagpapagaling sa isang bahagi ng ating kaluluwa sa isang sandali, ngunit mas madalas kaysa sa hindi, ang panloob na pagpapagaling ay nangangailangan ng oras at determinasyon. At ang parehong uri ng pagpapagaling ay maganda! Kung nakatanggap ka ng agarang paggaling sa iyong kaluluwa, hindi mo natutunan kung PAANO maging buo para bumalik ka kaagad sa sakit at hindi gumagana sa loob ng ilang oras kung hindi mo alam kung paano manatiling buo. Ito ang dahilan kung bakit napakahalaga na lumakad sa sakit at pagpapagaling KASAMA ni Hesus dahil natutunan mo ang mga kasangkapan at pag-unawa upang hindi ka mahulog pabalik sa hindi gumagana! Napakagandang lumakad kasama ni Hesus dahil ito ay bumubuo ng kasaysayan at koneksyon sa Diyos habang ginagawa natin ang ating pagkasira sa Kanya.

2. **Ano ang gagawin sa mga kasinungalingang pinaniniwalaan ng iyong kaluluwa.** Mayroong iba't ibang mga paraan upang tumawag ng mga kasinungalingan na pinaniniwalaan ng iyong kaluluwa. Nasa ibaba ang ISA sa maraming paraan para gawin ito. Ang mga 4 R's na ito ay isang mabilis at madaling paraan upang labanan ang mga kasinungalingan sa kaluluwa. HINDI ITO PORMULA! Karaniwang hindi ginagawa ng Diyos ang parehong bagay nang dalawang beses, kaya laging iba ang hitsura nito! Maaari niyang laktawan ang mga hakbang o mawala sa ayos ngunit ito ay isang magandang batayan para sa pagtugon sa isang kasinungalingan sa panahon ng isang engkwentro. Kapag napagtanto mong naniniwala ka sa isang kasinungalingan, maaari mong:

o Ibunyag!

> Tanungin si Hesus: "Anong kasinungalingan ang pinaniniwalaan ko? Ano ang masasabi MO sa kasinungalingang ito?"

o Magsisi ka!

> Ang pagsisisi ay hindi nangangahulugan ng paghingi ng tawad! Ang ibig sabihin ng pagsisisi ay lumiko pabalik. Nagbabago ka ng direksyon sa paraan ng pag-iisip mo. Ang layunin ay kilalanin na ang kasinungalingan AY isang kasinungalingan, at pagkatapos ay piliin si Hesus sa halip. Maaari itong magmukhang tulad ng: *"Nagsisisi ako sa paniniwala ko sa kasinungalingan na (ipasok ang kasinungalingan). Ito ay isang kasinungalingan at ito ay ang kaaway. Pinili kong hindi na sumang-ayon dito!"*

o Palitan!

> Isa itong kritikal na hakbang! Dapat mong palitan ang kasinungalingan ng katotohanan mula kay Hesus, o wala kang anumang bagay na labanan ang kasinungalingan. Maaari mong sabihin ang isang bagay tulad ng: *"Hesus, pipiliin kong ibigay sa iyo ang kasinungalingang ito at hindi kasama nito. Mas pinili kong maniwala sa mga sinasabi mo. Kaya, Hesus, ano ang katotohanan para labanan ang kasinungalingang ito? Ano ang masasabi mo tungkol dito?*

o Magalak!

> Kapag may sinabi o binigay si Hesus sa iyo. Salamat sa Kanya para dito! Maging sadyang tanggapin ang sinasabi o ibinibigay sa iyo ni Hesus. Kilalanin ang katotohanan at hayaan itong maging bahagi ng iyong sistema ng paniniwala.

Isang mabilis na tala tungkol sa mga kasinungalingan: Huwag mawalan ng loob kapag sinabi sa iyo ng kaaway na ito ay napakahirap o na hindi ito gagana. Iyon ay isang kasinungalingan! NARARAMDAMAN ng iyong kaluluwa na ang kasinungalingang iyon ay ang katotohanan. Ang mga kasinungalingan na matagal na nating pinaniniwalaan ay parang bahagi na natin. Totoo ba yan? Hindi. Ang kasinungalingan ay isang linta sa iyong kaluluwa, hindi bahagi nito. Pero totoo ba ito? Oo. Ang tanong ay hindi "Sapat na ba si Hesus?" Ang tanong ay: pipiliin MO bang maniwala sa katotohanan ni Hesus at sa kanyang kalayaan, o panatilihin ang komportable ngunit masakit na mga kasinungalingan na pamilyar?

3. **Ang mga pader ay nakakapinsala—hindi nakakatulong.** Kapag nakaranas tayo ng maraming sakit o trauma, ang ating kaluluwa ay maglalagay ng mga pader upang protektahan ang sarili. Ang problema ay na ang mga pader ay talagang bitag ang sakit sa LOOB at panatilihin ang paggaling sa LABAS! Sila ay isang bara sa ating kaluluwa.

Pinipigilan tayo ng mga pader sa paggaling dahil isinara rin natin ang Diyos sa ating mga puso. Mas lalo tayong nasasaktan dahil pakiramdam natin ay tinanggihan tayo ng Diyos, kahit na tayo pa ang magsisimula! Kaya, sa ating sakit, PINILI nating bitagin ang ating sarili sa sakit at panatilihin ang paggaling. Lahat ng sasabihin, kung nararamdaman mo, nakikita, o naramdaman mo ang isang pader sa iyong kaluluwa at handa ka nang ibagsak ang pader na iyon, narito ang ilang bagay na maaari mong gawin:

o   Sira ang KASUNDUAN sa pader na iyon.

  >   Dapat magpasya ang iyong kaluluwa na handa na itong ibagsak ang pader. Hindi labag sa ating malayang kalooban si Hesus. Siya ay nasa pintuan (o pader) kumakatok. (Pansinin na ang talata ay hindi nagsasabing "Siya ay sinisipa ang pinto pababa".) Kapag napagpasyahan mong handa ka nang ibagsak ang pader, makatutulong na sabihin ang isang salita tulad ng, "Kaluluwa, kinikilala namin at nagpasya na ang pader na ito ay hindi nakakatulong. Isa itong bitag para sa atin. Kaya sa ngayon, pinipili kong hindi na makipagsosyo sa pader na ito."

o   Tanungin si Hesus (o Banal na Espiritu o Yahweh) kung paano ibababa ang pader.

  >   Tanungin si Hesus (o Banal na Espiritu o Yahweh) kung paano ibababa ang pader:

▪   Sabihin sa iyo na magsalita ng isang bagay sa dingding

▪   Bigyan ka ng kasangkapan na gagamitin

▪   Sabihin sa iyo na gumawa ng isang propetikong gawa sa pisikal

▪   O maaari silang mag-alok na ibagsak ang pader para sa iyo

Mayroong walang katapusang listahan ng mga paraan na maaaring sabihin sa iyo ng Diyos na ibagsak ang pader, kaya gawin mo lang ang anumang sasabihin Niya. Pansinin kung paano nagbabago ang mga bagay nang wala na ang pader. Kung nananatili ang mga bahagi ng pader, itanong "Mayroon bang sinuman na kailangan kong patawarin o isang kasinungalingan na kailangan ko ng kalayaan?" Kapag nawala na ang iyong pader, huwag kalimutang pasalamatan si Ama para sa iyong pinakabagong tagumpay!

Lahat ng ginagawa ng kaaway ay huwad ng Katotohanan. Ang mga pader ng pagprotekta sa sarili ng kaaway ay nananakit sa atin at nagdudulot ng kamatayan, PERO may kaharian na bersyon ng mga pader. Ang kanyang pangalan ay Yahweh! Oo, seryoso, ang Panginoon ang ating proteksyon at ating pader.

> *Nahum 1:7 (BSB) "Ang Panginoon ay mabuti, isang moog sa araw ng kabagabagan; Siya ay nagmamalasakit sa mga nagtitiwala sa Kanya."*

> *Salmo 32:7 (BSB) "Ikaw ang aking taguan. Pinoprotektahan mo ako sa gulo; Pinalibutan mo ako ng mga awit ng pagpapalaya."*

> *Salmo 46:1 (NLT) "Ang Diyos ang ating kanlungan at lakas, laging handang tumulong sa oras ng kagipitan."*

> *Isaiah 43:2 (NLT) "Kapag dumaan ka sa malalim na tubig, sasamahan kita. Kapag dumaan ka sa mga ilog ng kahirapan, hindi ka malulunod. Kapag lumakad ka sa apoy ng pang-aapi, hindi ka masusunog; hindi ka ubusin ng apoy."*

> *Salawikain 18:10 (NLT) "Ang pangalan ng Panginoon ay isang matibay na moog; ang maka-Diyos ay tumakbo dito at ligtas."*

Hinihikayat kitang gumugol ng oras kay Yahweh at tanungin Siya tungkol sa Kanyang proteksyon. Ano ang hitsura at kahulugan para sa Kanya na maging kanlungan at taguan natin? Paano tayo nakatago sa Kanya? Tandaan, maglaro ng 20 tanong. Kung mas maraming katotohanan ang iyong naririnig tungkol sa pagtatago sa Kanya, mas magiging madali para sa iyong kaluluwa na hindi na maglagay ng isa pang pader sa hinaharap. Ngunit kung minsan ginagawa pa rin ng kaluluwa, tulad ng masamang ugali na iyon. Maging pare-pareho sa pagbagsak ng mga pader nang paulit-ulit kung kailangan mo at ang kaluluwa ay matututo sa paglipas ng panahon na hindi nito kailangang protektahan ang sarili.

4. **Makipag-usap sa sinumang pinakamainam mong kumonekta sa Panguluhang Diyos kung naipit ka.** Lahat tayo ay may iba't ibang karanasan sa buhay. Ang ilan sa atin ay may mga sugat sa nanay o tatay. Ang iba ay labis na nasaktan ng mga kaibigan o kapatid. Ang ating mga karanasan sa buhay ay nakakaapekto sa ating mga opinyon at pananaw sa Diyos: Yahweh, Hesus, at Espiritu Santo. Ang ating puso ng tao ay walang grid para sa DIYOS sa kanya walang katapusang kalawakan. Kaya, pinoproseso natin ang ideya ng DIYOS sa pamamagitan ng ating mga karanasan sa mundo. Aasahan natin na tratuhin tayo ng Diyos tulad ng pakikitungo sa atin ng ating ama, ina, at mga kapatid/pinakamalapit na kaibigan. Halimbawa, kung ang iyong ama sa lupa ay malayo at malamig, hindi mo namamalayan na ipagpalagay mong ganoon din ang pakikitungo sa iyo ni Yahweh. Sa parehong paraan, ang aming relasyon sa aming ina ay karaniwang isinasalin sa aming pang-unawa sa Banal na Espiritu dahil pareho sila sa mga tungkulin ng tagapag-alaga, guro, at mang-aaliw. At ayon sa banal na kasulatan, si Hesus ang ating kapatid at pinakamalapit na kaibigan. Kaya natural, kung paano tayo tratuhin ng ating mga kapatid o malalapit na kaibigan ay kung ano ang inaasahan nating magiging katulad ni Hesus. Ito ang dahilan kung bakit minsan mas mahihirapan tayong kumonekta sa iba't ibang bahagi ng Panguluhang Diyos kahit na sila ay iisa. Kaya, kung nahihirapan ka sa isang engkwentro at kumapit, maaari mong subukang kausapin ang sinumang nararamdaman ng iyong kaluluwa

na pinakaligtas sa Panguluhang Diyos at makita na nakakatulong sa iyo na malampasan ang harang.

5. **Bumisita sa isang pamilyar na lugar kapag naipit ka.** Maaari mong bisitahin muli ang mga lugar at mga pangitain na naranasan mo sa pakikipagtagpo kay Hesus. Makakatulong ito kung natigil ka sa isang engkwentro. Kung ang ating kaluluwa ay huminto, ang isang kapaki-pakinabang na kasangkapan ay ang pagbisita sa isang pamilyar o paboritong lugar sa espirituwal na kaharian na iyong napuntahan noon. Minsan kailangan ng ating kaluluwa na pumunta sa isang ligtas na lugar at makipag-ugnayan muli kay Yahweh doon bago sumulong.

    o   Maaari kang lumayo sa sakit at muling kumonekta sa ibang paningin. Doon mo maitatanong si Hesus kung bakit ka nagsara. Maglaro muli ng 20 tanong hanggang sa makaramdam ka ng lakas ng loob na dalhin ang masakit na bahaging iyon kay Hesus para sa pagpapagaling.

    o   O isa pang opsyon ay para sa iyo na makipag-ugnayan muli kay Hesus sa ibang pangitain at piliin na huwag bumalik sa gatilyo hanggang sa ibang pagkakataon. Kung ang iyong kaluluwa ay hindi handang tugunan ang isang sugat, ang pagsisikap na pilitin ang iyong kaluluwa dito ay hindi makatutulong.

6. **Ang kahanga-hangang pinto sa likuran ng kasangkapan sa pagsunod.** Kapag dumating kami laban sa isang bloke na hindi namin alam kung paano

    kasama, maaari nating subukan ang " kasangkapan sa pagsunod"! Marahil ito ang paborito kong diskarte sa bahagi at sobrang nakakatulong. Ang kailangan mo lang gawin ay magtanong ng isang bagay tulad ng "Hesus, paano ko aalisin ang bagay na ito sa aking buhay?" Pagkatapos ay GAWIN mo ang anumang sinabi ni Hesus na gawin! Ayan yun! Siya ay DIYOS at kapag Siya ay nagsalita ng isang bagay—ito ay WAKAS.

Halimbawa, minsang sinabihan ni Jesus ang isang kaibigan na "punitin ang isang piraso ng papel at ang bagay na ito ay mawawala". Karaniwan ang pisikal na pagpunit ng isang piraso ng papel ay WALANG epekto sa espirituwal na kaharian at mga sugat ng kaluluwa. NGUNIT dahil sinabi ni Jesus na gagawin ito, ngayon ay may isang utos na inilagay! Ang mga demonyo ay napapailalim sa espirituwal na batas, kaya sa kasong ito, nang pinunit ng aking kaibigan ang piraso ng papel, KINAKAILANGANG sumunod ang mga demonyo dahil siya ay naaayon sa isang utos mula kay Jesus. Walang pagtatalo. NAAIS ang demonyo pero umalis agad at walang sakit. Hay salamat! Totoong kuwento iyon mula sa unang pagkakataon na nalaman ko ang tungkol sa tool sa pagsunod. Simula noon, paulit-ulit kong ginamit ang tool na ito. Minsan ay sinasabi sa atin ni Jesus na gumawa ng mga kakaibang bagay sa pisikal na kaharian at kung minsan ay pinapagawa Niya tayo sa isang engkwentro. Alinmang paraan, si Hesus ay tapat at LAGING may solusyon at kung ano ang kailangan natin.

7. **Kung wala sa mga kasangkapan sa pag-sasaayos na ito ang nakatulong, HUWAG SUMUKO.** Naiintindihan ko ang malalim na sakit at sinusubukang mag-nabigasyon sa emosyonal na sugat. Maraming beses na akong nakapunta doon at nagsasalita ako mula sa aking personal na karanasan—huwag sumuko. Alam at naunawaan ko ang mga tool na ito noong nagkaroon ako ng ganap na pagkasira ng kaisipan at hindi nakatulong sa akin ang mga tool na ito. Sa aking kabataan, masigasig akong nakipag-away sa isang malaking prinsipe (masamang tao ng demonyo). Ako ay nasa labas ng mga hangganan sa espirituwal at nagkaroon din ng mahinang pag-unawa sa aking pagkakakilanlan at espirituwal na mga batas. Lahat ako ay masigasig at walang karunungan. Sinipa ko ang puwitan ko — masama. Iyon ang naging sanhi ng buong pagkasira. Hindi ako gumana... ang pagsuklay lang ng buhok ko ay SOBRANG nakababahala na sa akin kaya napaluha ako. Sinubukan kong kumonekta kay

Hesus sa gitna nito, ngunit walang maramdaman ang aking kaluluwa. Alam ko na ang aking espiritu ay kaisa kay Hesus. Alam kong hindi ako nag-iisa at si Hesus ang talagang nakikipag-usap sa akin. Masyado lang akong nasaktan para marinig Siya. Sa sandaling iyon, maaaring nagalit ako sa Kanya.

Maaari sana akong magkaroon ng akusasyon laban kay Hesus at madama kong makatwiran ito dahil maaari Niyang ihayag ang Kanyang sarili sa akin. Pero sinadya kong hindi.

Kahit na sa pinakamasama ng aking pagkasira, alam kong isa pa rin ako kay Hesus. Alam kong Siya lang ang manggagamot, at alam kong mas masasaktan lang ako sa pagpiling masaktan ako. Hindi ko naintindihan, pero pinili kong huwag humingi o tumutok man lang sa mga tanong ko. Sa halip, pinili kong tumuon kay Hesus. Wala akong naramdaman. Hindi ako nakakita ng mga pangitain. Hindi ko marinig si Hesus. Ni hindi ko mabisita ang aking mga paboritong lugar sa espirituwal na larangan. PERO pinili kong itakda ang aking intensyon kay Hesus. Sa katahimikan at dilim na naramdaman ko sa aking kaluluwa, nakatuon ako sa Kanya. Ginamit ko ang aking malayang kalooban para bumaling kay Hesus kahit wala akong naramdamang kapalit. Ang susi ay hindi ako sumuko. Nagtiyaga ako sa harap ng mga akusasyon ng kaaway laban kay Hesus para sa "hindi nagpapakita sa aking pinakamadilim na sandali". At sa paglipas ng panahon, gumaling ang aking kaluluwa. Alam kong ang kakayahang kumonekta ay isyu ng KALULUWA, hindi ang pag-abandona sa akin ni Hesus kapag ako ay nasasaktan. Alam kong isa na ako sa Kanya, kaya ang kawalan ko ng damdamin ay isang SINTOMO ng napakawasak na kaluluwa. Naging matiyaga ako at sinadya. Si Hesus ay sapat na malaki upang pagalingin ang BAWAT bahagi na nasira mula sa aking kasigasigan. Nagmuni-muni ako sa katotohanan at sumamba hanggang sa ang aking kaluluwa ay handa nang kumonekta muli at makalabas sa kadiliman.

Ang pagmumuni-muni at pagtatagpo ay magkakaugnay sa paglalakbay na ito. Maaari mong mawala o makalimutan ang mangyayari kapag nakipag-ugnayan ka kay Yahweh, lalo na sa simula habang ang iyong kaluluwa ay natututong magmaneho sa buong bagong mundong ito. Maaari mong isipin ito bilang isang talagang malamig na panaginip na hindi mo iniisip na malilimutan mo ... pagkatapos ay nakalimutan mo. Maliban na lang kung isusulat mo ito, paulit-ulit na ikuwento, o isipin ng madalas, nakakalimutan na lang ng ating mga kaluluwa at babalik sa sakit na pamilyar sa kanila. Maaari mong kalimutan ang kahit na ang pinakadakilang mga himala kapag ikaw ay nawala at nabulag sa sakit. Ang pagninilay ay susi sa pagpapaalala sa iyong kaluluwa at pagsasanay ng isang BAGONG paraan ng pag-iisip at pamumuhay. Ang mga pagkikita ay nagbibigay sa iyo ng pansarili at magniig na mga susi na kailangan mo para sa iyong mga kalagayan, ngunit madali silang makalimutan. Tumayo sa Salita ng Panginoon. Pagnilayan ang Salita at

makisali sa buhay na salita nang madalas hangga't maaari. Sa bandang huli, natututo kang MABUHAY mula sa koneksyong iyon at makatagpo kay Yahweh, at mas tinatalakay ko iyon sa dulo ng aklat.

Ang lahat ng kabanatang ito ay nagmula sa 14 na taon ng aking pansarili na paglalakbay. Ako ay nabalian, bulag, nasaktan, at nawala...hindi ako tinulungan ng relihiyon sa alinman sa aking sakit. Naniwala ako kay Hesus bilang aking tagapagligtas, ngunit ang aking kaluluwa ay inilibing sa sakit at paghihirap. Kahit na ang aking espiritu ay kaisa kay Hesus, hindi ko alam kung ano ang nangyari at ang aking kaluluwa ay nanatili sa paghihirap. Ang tanging kaaliwan ko ay ang ulong kaalaman na nakolekta ko sa paglipas ng mga taon, ngunit ito ay kumilos na parang panunukso at pagkabigo sa halip na dalhin ako sa kalayaan. Nagbago ang lahat nang magsimula akong magkaroon ng pansariling relasyon kay Hesus. Ang kaalaman sa ulo ay naging paghahayag ng puso at kalayaan ng kaluluwa. Si Hesus ay nagsalita sa AKIN, nang pansarili. Minahal AKO ni Hesus. Pinagaling AKO ni Hesus. Sa aking paglaki, ang aking paggaling at tagumpay ay bumilis dahil nagtitiwala ako kay Hesus sa mas malalim na antas. Ang iyong paglalakbay ay sa iyo. Magiging iba ang hitsura nito kaysa sa akin, ngunit masisiguro kong kakailanganin ito ng oras at pasensya.

Ang aklat na ito, ngunit lalo na ang kabanatang ito ay isang firehose ng impormasyon. Mangangailangan ng oras upang matunaw at masipsip ang impormasyon at mga kasangkapan sa kabanatang ito. Kapag ang alam mo lang ay ang dimensyon na tinitirhan ng iyong katawan, nakakatakot at mapanghamong tumuklas ng isang ganap na bagong kaharian na tirahan at mula rito. Sinimulan mo ang isang walang hanggang paglalakbay. Walang "destinasyon" o "pagdating" na punto sa kawalang-hanggan, kaya tamasahin ang sayaw ng pag-ibig kasama si Hesus. Inaanyayahan kita na magsimula ngayon. Anyayahan si Hesus sa iyong gulo at sakit nang eksakto kung paano ito. Nasa kanya ang mga sagot at karunungan at pagpapagaling na kailangan mo. Siya ay kumakatok, papasukin mo ba Siya?

> Pahayag 3:20 "Narito ako'y nakatayo sa pintuan at kumakatok, sinumang makarinig ng aking tinig AT magbubukas ng pinto. Papasok ako at magkakaroon ng malalim at maligayang pagpapalagayang-loob sa kanya at siya sa akin." [Pagsasalin ng may-akda]

Kabanata Pito:

PAGLAKI

Mayroon tayong magandang imbitasyon bago tayo lumaki. Ang relihiyon ay lumikha ng isang sistema na nagbubunga ng mga nangangailangan at wala pang gulang na mga Kristiyano na nakaupo at naghihintay na mamatay upang makatakas sila sa Langit. Lumaki ako sa relihiyon na nag-iisip na ang oras na ito sa mundo ay para lamang manalo ng mga kaluluwa at maghintay hanggang sa mamatay tayo, o hanggang sa bumalik si Hesus. Ang Wala pa sa Gulang Kristyanismo ay hindi kailanman plano ng Diyos para sa Kanyang mga anak. Ninanais Niya na tayo ay maging ganap na na mga anak ng Diyos na maaaring pagkatiwalaan ng pamamahala at paghahari tulad ng gagawin Niya. Ang bawat mananampalataya ay nagsisimula bilang isang sanggol pagkatapos maipanganak na muli. Ito ang pagkakasunud-sunod ng mga bagay, at si Yahweh, ang ating Ama, ay nagmamahal sa atin sa ating kamusmusan tulad ng pagsamba ng isang bagong magulang sa kanilang sanggol. Gayunpaman, walang magulang ang naghahangad o umaasa para sa kanilang anak na manatili sa isang sanggol magpakailanman. Inaanyayahan tayo ni Yahweh na mamahala at mamahala at magharing kasama Niya. Siya ay nasasabik na makita ang Kanyang mga anak na lumaki bilang makapangyarihang mga anak ng Diyos na nagbabago sa sansinukob para sa mas mahusay. Pinipigilan tayo ng kahilawn mula sa kapunuan ng Diyos para sa atin. At para sa ilan, ito ay isang malaking panlilinlang dahil sila ay walang kaalam-alam habang iniisip na sila ay "mga dakilang Kristiyano".

1 Mga Taga-Corinto 3:1 (AMP) "Hindi ako makausap sa inyo na gaya ng sa mga taong espirituwal, kundi [lamang] sa mga makamundong tao [pinapangunahan ng kalikasan ng tao], mga sanggol lamang [sa bagong buhay] kay Kristo!"

1 Corinto 14:20 (AMP) "...huwag kayong maging bata [wala pa sa gulang, parang bata] sa inyong pag-iisip; maging mga sanggol sa [mga bagay ng] kasamaan [ganap na inosente at walang karanasan], ngunit sa inyong pag-iisip ay maging ganap na [mga matatanda]."

Mga Taga-Galacia 4:3 (ESV) "Sa gayunding paraan tayo rin, noong tayo ay mga bata pa, ay mga alipin sa mga panimulang simulain ng sanlibutan."

Mga Taga-Efeso 4:14 (ESV) "upang hindi na tayo maging mga bata, na itinataboy ng mga alon at itinatangay ng bawat hangin ng doktrina, ng katusuhan ng tao, ng katusuhan sa mga mapanlinlang na pakana."

Hebrews 5:12 (BSB) "Bagaman sa panahong ito ay dapat na kayong maging mga guro, kailangan ninyo ng magtuturo sa inyo ng mga pangunahing prinsipyo ng salita ng Diyos. Gatas ang kailangan mo, hindi solidong pagkain!"

Maraming beses na binanggit ni Pablo ang pagiging wala sa gulang ng mga mananampalataya, hindi ito isang bagong bagay. LAHAT tayo ay nagsisimula nang wala sa gulang sa simula. LAHAT tayo ay nagsisimula bilang mga sanggol kapag tayo ay ipinanganak na muli...ang intensyon ay lumaki tayo! Kami ay nilayon na MAGHARI at MAGHARI kasama ni Kristo. Ang mga sanggol na makalaman pa ay hindi makapangyarihan at handang maghari kasama ni Hesus. Napakarami pa para sa atin, at ito ay nasa atin na dahil kay Hesus! Ang pagpili sa pagiging matanda ay nangangailangan sa atin na kumuha ng responsibilidad at sumandal sa pag-uunat na dulot ng pagkahinog.

Mga Taga-Efeso 1:4-5 (NLT) "Bago pa niya likhain ang sanlibutan, minahal na tayo ng Diyos at pinili tayo kay Kristo upang maging banal at walang kapintasan sa kanyang paningin. Ang Diyos ay nagpasya nang maaga na ampunin tayo sa kanyang sariling pamilya sa pamamagitan ng pagdadala sa atin sa kanyang sarili sa pamamagitan ni Hesu-Kristo. Ito ang gusto niyang gawin, at ito ay nagbigay sa kanya ng malaking kasiyahan." [Aking binigyang diin]

Ang salitang "adopt" sa orihinal na wika ay hindi katulad ng ating pang-unawa sa salita ngayon. Kapag nakarinig tayo ng "adopt", iniisip natin ang isang ulila na kinuha (inampon) ng isang bagong pamilya. Kahit gaano kaganda ito na "pinagtibay" tayo ng Diyos, ang talatang ito ay may ibig sabihin na mas mabuti! Sa kultura ng mga Hudyo, ang pag-aampon ay ang MAKAPANGYARIHANG sandali na iniharap ng isang ama ang kanyang anak sa tribo bilang isang GANAP NA na anak na maaaring magnegosyo sa kanyang pangalan, bilang ama mismo! WOW! Ang isang anak na lalaki ay ganap na anak ng ama mula sa kanyang kapanganakan, ngunit kapag siya ay tumanda na, siya ay "ampon" at may awtoridad at tiwala ng ama!

Sa kultura ng mga Hudyo, ang pag-aampon ay isang bagay na pinipili ng anak na lumaki sa. Ang isang anak ay nagmula sa kanyang ama at katulad niya dahil ang anak ay ginawa mula sa kanyang ama. (Alalahanin, tayo ay ginawa sa larawan ng Diyos mismo! Tayo ay Kanyang mga supling mula pa sa simula!) Pagkatapos, sa kultura ng mga Hudyo, kapag ang isang anak na lalaki ay nasa edad na, siya ay tumatanggap ng isang bar mitzvah. Ito ang pagdiriwang ng paglipat ng anak mula sa isang bata patungo sa isang lalaki. Mula sa puntong iyon, ang anak ay ginagamot at inaasahan na kumilos bilang isang tao. Walang lumaki sa magdamag, marami pa rin ang dapat matutunan at paglaki ng anak bago siya ituring na matanda na. Ang pagtanda ay isang proseso, isang paglalakbay, at hindi maaaring putulin. Magkakamali, mapapaplantsa ang pagmamataas, at ang padalus-dalos na sigasig ay magiging pare-parehong karunungan. Habang tumatanda ang anak, tinuturuan ng ama ang pagkatao ng kanyang anak at tinuturuan siya sa negosyo ng pamilya.

Pagkatapos, kapag ang anak na lalaki ay mapagkakatiwalaan sa paghawak ng negosyo tulad ng gagawin ng ama, kapag ang anak na lalaki ay matanda na at maaaring gumawa ng makapangyarihang mga desisyon, pagkatapos ay ang ama ay "AAMPUNIN" siya. Tatawagin ng ama ang mga matatanda ng bayan at titipunin ang pamilya. Pagkatapos, sa harap ng lahat, ang ama ay pampublikong AAMPUNIN ang kanyang anak. Mula noon, alam ng pamilya at tribo na ang anak ay may awtoridad na kumilos at magnegosyo sa pangalan ng ama, gaya ng mismong ama. Ito ay kaganapan sa gulang.

Bago Niya ginawa ang mundo, bago tayo nagkasala, ang plano ng Diyos ay maging bahagi tayo ng pamilya. Ngunit ang layunin ay hindi para sa amin na maging walang hanggang maliliit na anak ng pamilya. Ang orihinal na disenyo ay para sa atin na maging ganap na upang tayo ay mamuno at maghari tulad ng ginagawa ni Yahweh, sa Kanyang pangalan at bilang Kanya. Tayo ay ginawa sa mismong larawan ng Diyos upang tayo ay maging katulad Niya... hindi lamang sa hitsura kundi sa kapanahunan at pagkilos. Magiging Manlilikha ba tayo ng Diyos, Hari ng mga Hari, si Yahweh mismo? Hindi, halatang hindi. Ngunit kami ay mga hari. Siya lang ang HARI ng mga hari. Kami ay mga pari. Siya ang MATAAS na pari. Lagi niya tayong hihigitan, na nararapat lang. Ang paanyaya ay para sa atin na humakbang sa ating pagkakakilanlan at maging Kanyang mga kamay at tinig sa lupa.

Kaya PAANO tayo gugulang?

- **Kumilos tulad ni Hesus**. Oo, kumilos ka tulad Niya hanggang sa MAGING katulad ka Niya. Kung mas kumilos ka tulad ni Hesus, mas mabilis kang maging katulad ni Hesus sa pagkilos at pag-iisip! Paano nagiging magulang ang isang bata? Pinapanood ng isang bata si tatay na naghuhugas ng kotse at sinusubukang tumulong. Nakakatulong ba talaga siya? Hindi. At ito ay tumatagal ng tatlong beses na mas matagal anumang oras na mayroon kang "tulong" ng anak. Ngunit kapag tumulong sila, natututo sila, unti-unti, kung paano gawin ang mga bagay. Sa paglipas ng panahon, tinutulungan talaga nila ang paghuhugas ng kotse at pagkatapos ay lumalago na sila upang makapaghugas nito nang mag-isa! Kaya kumilos tulad ni Hesus, at ikaw ay magiging katulad Niya sa daan.

- **Pumunta kay Hesus bilang pinagmumulan ng lahat ng bagay sa buhay.** Ang relihiyosong institusyon ay may mga taong umaasa sa pastor para sa kanilang espirituwal na "pagpapakain" at direksyon, at madalas nilang inaasahan na gagawin niya ang lahat ng gawain—para sa kanilang pagpapagaling at sa komunidad.

> *1 Juan 2:27 (NLT) "Natanggap na ninyo ang Banal na Espiritu, at siya ay nananahan sa inyo, kaya hindi ninyo kailangan ng sinuman na magturo sa inyo ng katotohanan. Sapagkat itinuturo sa iyo ng Espiritu ang lahat ng kailangan mong malaman, at ang itinuturo niya ay totoo—hindi ito kasinungalingan. Kaya kung paanong itinuro niya sa inyo, manatili kayo sa pakikisama kay Kristo."* [Aking binigyang diin]

Hindi namin KAILANGAN ng guro; nasa atin ANG Guro ng mga Guro! Pumunta sa Pinagmulan. Habang pinahihintulutan natin si Hesus na maging ating Pinagmulan, hindi tayo lalakad bilang mga umaasa sa isang sistema, ngunit tayo ay magiging mga nanginginig ng bansa—isang tulay mula sa Langit hanggang sa lupa. Bahagi ng pagkahinog ay ang huminto sa pagsipsip mula sa bote ng institusyon at sa halip ay mapuno sa ating kaluluwa ng katotohanang kinabubuhayan na ng ating espiritu. Isang mahalagang paunawa dito, lahat tayo ay bahagi ng katawan ni Kristo at tayo ay tinawag upang pasanin ang mga pasanin ng isa't isa. Paminsan-minsan ay nangangailangan ng tulong mula sa mga kapananampalataya ay ganap na ok. Mahirap ang buhay na ito, at kapag tinamaan tayo ng trauma, maaaring mahirap makipag-ugnayan kay Yahweh at ayusin ang sakit. Kaya, upang maging malinaw, ang pangangailangan ng tulong upang makayanan ang isang panahon ay ibang-iba sa patuloy na pag-asa sa isang tao upang maging aming pinagmulan.

- **Matuto sa iyong mga pagkakamali**. Ang mga bata na natututong maglakad, ay hindi nagsisimulang maglakad nang perpekto. Nauunawaan na ang isang bata ay hindi perpektong lalakad o sumakay ng bisikleta sa unang pagkakataon. Ang parehong antas ng pasensya at biyaya ay kailangang ibigay sa ating sarili habang tayo ay lumalago sa espirituwal. Natututo tayong lumakad kay Kristo at hindi tayo lalakad nang perpekto sa simula. Babagsak tayo at luluhod, ngunit mayroon tayong mapagmahal na Ama na nagpapasaya sa atin at tinutulungan tayong makabangon. Matiyaga ang ama. Alam niyang natututo tayo at magkakamali. Kapag tayo ay nagkamali, ang solusyon ay simple...dalhin ito kay Hesus! Tanungin Siya kung ano ang nangyari at kung ano ang pinaniniwalaan ng iyong kaluluwa noong nagkamali ka. Dalhin ito kay Hesus. Kung gagawin mo ito, kung gayon ang lahat ay magiging isang pagkakataon upang LUMAGO ka! Mas marami kang natututo sa kabiguan at pagkakamali kaysa sa natutunan mo kapag ginawa mo nang tama ang isang bagay. Sa parehong paraan, mas lumalago ka sa mahihirap na panahon kaysa sa madaling panahon. Kaya, ito ay nagiging panalo-panalo! Hindi ka matatalo! Maaari mong gawin ito ng mabuti o matuto mula dito at gawin itong mas mahusay sa susunod na pagkakataon!

- **Manatiling mapagkumbaba.** Sa sandaling sa tingin namin alam namin ang lahat—ay ang sandaling huminto kami sa paglaki. Kung gusto nating patuloy na lumaki at tumanda, hindi tayo dapat maging mapagmataas o masaktan. Mayroong walang katapusang dami ng kaalaman kay Yahweh. Sa palagay mo ba ang ating utak ng gisantes ay katugma ng walang katapusang kamahalan at karunungan kay Yahweh? Hindi ko akalain. Kaya, manatiling mapagpakumbaba sa lahat ng iyong ginagawa, sa paraang iyon ay hindi ka mababaril sa paglaki sa alinmang bahagi ng iyong kaluluwa.

- **Magkaroon ng kamalayan sa sarili.** Kumusta ang iyong iniisip na buhay? Ang mga kilos mo ba ay kamukha ni Hesus? Bakit mo ginagawa ang ginagawa mo? Habang sinisimulan nating bigyang pansin ang ating mga iniisip, kilos, at gawi, ginagawa natin ang unang hakbang tungo sa pagkahinog at pagbabago.

Upang maging malinaw, LAHAT ng prosesong ito ay nangangailangan ng pananampalataya. Mula sa sandaling pinili mo si Hesus, ginamit mo ang pananampalataya. Ginagamit natin ang pananampalataya upang magkaroon ng personal na kaugnayan sa Diyos, at sa pananampalataya, sinusubok natin ang lahat laban sa Salita ng Diyos. Gayundin, lahat tayo ay nagsimulang nalinlang, at LAHAT tayo ay nasa isang paglalakbay palabas sa panlilinlang na iyon. Bawat kasinungalingan na binibitawan natin at bawat sakit na napapagaling ay tumutulong sa atin na lumakad nang higit sa Katotohanan at mas kaunti sa mga kasinungalingan na tayo ay nalinlang. Ito ay bahagi lamang ng paglalakbay ng pagbabago. Dahil sa takot na malinlang, pinipili ng maraming tao na huwag lumaki at makipag-ugnayan kay Yahweh. Ayaw nilang "maging kakaiba" o "malinlang", kaya sa halip ay mananatili silang nalinlang sa kahon na kanilang ginawa. Lahat tayo ay nasa maganda at magulo na proseso ng pagiging anak, kilalanin man natin ito o hindi.

Sa wakas, si Hesus ay hindi naiinip na naghihintay para sa atin na "mahawakan" at lumaki. Gayunpaman, hinahanap Niya ang mga mananampalataya na magbibigay ng kanilang walang kamatayang "OO!" sa kanya. Pinakawalan tayo ni Hesus upang maging ganap na malaya sa pagpili nang WALANG KUNDENA habang inaanyayahan tayong sumama sa Kanya sa walang hanggang sayaw ng pag-ibig. Nais ni Hesus na matupad ang kalooban ng Ama sa lupa upang ang kamatayan at karamdaman ay magwawakas. Ngunit hindi Niya ito gagawin sa halaga ng pag-alis ng ating malayang kalooban. Sa halip, si Hesus ay naghihintay para sa atin na makasama Siya sa krus, mamatay sa laman, at muling ibangon bilang Kanya at sa Kanya. Siya ay naghihintay para sa atin na isumite ang ating ganap na malayang kalooban, sa ilalim ng kalooban ni Yahweh upang tayo ay maampon bilang mga magulang na na anak. Kapag pinili natin ito, wala nang mas makapangyarihan sa buong sansinukob.

ANG MISTERYOSO AT KAHANGA-HANGA

Ang walang hanggang paglalakbay na ito ay ang pinakakahanga-hangang pakikipagsapalaran sa lahat! Ito ay isang ligaw na biyahe na patuloy na humahamon sa kahon kung saan ako mismo o si Hesus ay nasa loob. Ang taas at lalim at mga kaharian at sukat ay walang katapusan, tulad ng Kanyang pag-ibig. Si Yahweh ay walang hanggan, makapangyarihan sa lahat, at nag-uumapaw sa kamahalan—higit pa sa paglalarawan ng anumang salita at ng anumang pag-unawa ng isip. Si Yahweh ay kagila-gilalas kung kaya't KAILANGAN Niyang pababain ang Kanyang sarili upang tayo ay magsimulang maunawaan at makipag-ugnayan sa Kanya. Halimbawa, kapag ibinaba ni Hesus ang Kanyang sarili sa Hari ng mga Hari sa isang engkwentro, ang iyong mukha ay nasa lupa at hindi ka pa rin gaanong mababa. Pagkatapos ay mapipili ni Hesus na palakihin ang Kanyang sarili nang higit pa at ipakita sa iyo bilang isang kaibigan na makikita mo nang harapan. Napakarami pa kaysa sa posibleng maisip o maisip natin—Siya ay walang katapusan sa Kanyang pagkamangha. Ito ay nakakatakot at kapana-panabik at kahanga-hanga at kakaiba lahat pinagsama sa isa. Kahit na ang hindi pangkaraniwan at nakakatakot na mga bahagi ay puno ng kahanga-hanga at kabutihan ni Yahweh.

Ang aklat na ito ay isang tubo ng bumbero ng impormasyon. Hindi ko rin naipaliwanag nang lubusan ang bawat konsepto at sinadya kong iwan ang mga tanong na hindi nasasagot. Ang layunin ng aklat na ito ay ituro ka kay Hesus at sana ay dalhin mo ang bawat patak ng firehose na ito kay Hesus. Ang bawat konsepto at hindi nasagot na tanong ay maaaring maging springboard sa iyong pagtitiwala at pakikipagkaibigan kay Hesus. Ang kailangan mo lang ay Siya at gusto kong tulungan kang makita iyon at lumago sa Kanya. Kung bibigyan kita ng ilang payo sa walang hanggang paglalakbay na ito, ito ay ang ilang mga bagay:

Manatiling malapit kay Hesus

> Siya ang lahat. Siya ang Pinagmulan, Buhay, Pagpapagaling, Paglalaan, LAHAT. Ang pagiging malapit sa Kanya ang pinakamahalaga. Ang mga alalahanin sa mundong ito ay panandalian, ngunit ang ginagawa at itinayo natin kasama ni Hesus ay walang hanggan. Maging mulat sa Kanya sa lahat ng bagay... mula sa paghuhugas ng pinggan, sa mga relasyon, sa mga bayarin, hanggang sa kinabukasan. Dalhin Siya nang may kamalayan at sinasadya sa lahat ng iyong ginagawa. Hindi lamang magbabago ang iyong buhay, ngunit babaguhin nito ang mundo sa paligid mo.

1. Manatiling mapagpakumbaba at may kakayahang umangkop

> Alam kong nabanggit ko ito sa huling kabanata, ngunit ito ay talagang napakahalaga. Huwag mabansot sa pag-iisip na alam mo o naiintindihan mo ang isang bagay. Kahit sa loob ng mga katangian ng Diyos, may mga suson. Halimbawa, maaari kang matuto nang higit pa tungkol sa kabutihan ng Diyos magpakailanman. Siya ay walang hanggan. Kaya, manatiling mapagkumbaba sa lahat ng bagay... kahit ang mga bata at ang mga langgam ay napakarami nilang maituturo sa iyo.

2. Magtiyaga, huwag sumuko.

> Si Hesus ay tapat sa gitna ng isang panandaliang mundo. Siya lang ang ating maaasahan at pagkakatiwalaan. Ang mga pangyayari ay nagbabago, ang mga tao ay kumikilos bilang tao, at ang problema ay ginagarantiyahan sa buhay na ito. Sa mundong walang kasiguraduhan, ISANG bagay lang ang tiyak. At ang Kanyang pangalan ay Hesus. Kapag nawala na ang lahat ng impiyerno—

Siya pa rin ang Tagapagbigay, Tagapagpagaling, at Hari ng mga Hari. Si Hesus ay sapat na malaki upang dalhin tayo sa lahat ng ating kinakaharap. Kaya, hinahamon ko kayong magtiyaga at huwag sumuko. Magtiwala kay Hesus sa lahat ng paraan at sa lahat ng paraan.

Jeremias 32:27 (ESV) "Narito, ako ang Panginoon, ang Diyos ng lahat ng laman. Mayroon bang napakahirap para sa akin?"

3. Piliin si Hesus anuman ang sakit, kalituhan, o pangyayari.

> Kapag dumarating ang sakit, inaakusahan ng kaaway si Yahweh ng pagkasira na dulot ni Satanas. Mas malaki ang sakit, mas malaki ang akusasyon na itinutulak ng kaaway. Maaaring napakahirap piliin si Hesus sa gitna ng matinding sakit at mga tanong na hindi nasasagot. Ngunit mangyaring, HUWAG sumang-ayon sa kaaway (na napopoot sa iyo at sinusubukang sirain ang iyong buhay). Si Hesus ay mabuti at Siya lamang ang manggagamot. Walang ibang paraan para mawala ang sakit maliban sa Kanya. Kung titigasan mo ang iyong sarili laban kay Yahweh dahil sa sakit at mga tanong, pinuputol mo ang iyong kakayahang gumaling at buo. Kaya, sa lahat ng bagay, piliin si Hesus. Sinabi ni Bill Johnson na "Upang magkaroon ng kapayapaan na higit sa iyong pang-unawa, dapat mong talikuran ang iyong karapatang umunawa." Piliin mo si Hesus kaysa sa sakit at mga tanong na hindi nasasagot at magkakaroon ka ng kapayapaan na higit sa pang-unawa at pagpapagaling sa iyong kaluluwa.

Habang isinasabuhay mo ang mga bagay na ito at pinalalaki ang kapasidad ng iyong kaluluwa na tumuon at makisali sa espirituwal na kaharian, matututo kang gumana sa MAGKAPWA mundo nang sabay-sabay. Sa halip na kailanganin ang isang tahimik na lugar, maaari kang magsanay sa pagkonekta kay Hesus habang ginagawa ang iyong pang-araw-araw na buhay. ITO ay sumunod. Kakailanganin ng oras para makarating doon. Sa una, kailangan mong turuan ang kaluluwa na tumuon at makisali sa espirituwal na mundo. Ngunit habang tumatanda ka dito, magsisimula kang mas madaling tumuon sa espirituwal, habang makakapag-focus ka at makapagpapatakbo sa pisikal. Maaari kang lumaki upang maging ganap na mulat at makipag-ugnayan sa parehong mga lugar nang sabay-sabay. Ikaw ay isang multi-dimensyonal na nilalang na maaari ding mabuhay nang may multi-dimensyonal na kamalayan.

Gumugol ako ng maraming oras sa aklat na ito na nagpapaliwanag ng mga sugat sa kaluluwa at kung paano makawala, ngunit iyon ay simula pa lamang. Ang pakikipag-ugnayan kay Yahweh (papunta sa mga pakikipagtagpo) ay hindi palaging tungkol sa iyo at sa iyong mga sugat sa kaluluwa. Ang pagharap sa mga sugat ng kaluluwa ay isang paunang kinakailangan bago tayo makaakyat. Kailangang tanggalin ang mga kaluluwang harang na iyon para makapunta ka sa mga pakikipagsapalaran at misyon kasama si Yahweh. Nais Niyang turuan ka kung paano lumipad, at gagawin Niya...ngunit una, kailangan mong gumaling. Pagkatapos ay maaari kang umakyat!

Ako ay nasa harapan at malinaw na hindi ko alam o naiintindihan ang lahat. Sa katunayan, habang mas marami akong natututunan, mas nakikita ko kung gaano kaunti ang alam at naiintindihan ko. Ang isang bahagi sa akin ay parang isang batang dumadalo sa eskewlahan na sumusubok na magsulat ng isang libro sa kuwantum pisika. Kaunti lang ang alam ko, ngunit nasa puso ko ang sumulat at ituro ang mga tao kay Yahweh. Siya lang ang pinakamahusay sa lahat ng paraan at gusto kong tulungan ang mga tao na mahanap Siya at tanggihan ang relihiyon sa lahat ng anyo.

> 1 Mga Taga-Corinto 13:12-13 (NLT) "Ngayon ay nakikita natin ang mga bagay na hindi perpekto, tulad ng nakakagulat na mga pagmuni-muni sa salamin, ngunit pagkatapos ay makikita natin ang lahat nang may perpektong kalinawan. Ang lahat ng alam ko ngayon ay bahagyang at hindi kumpleto, ngunit pagkatapos ay malalaman ko ang lahat ng

*lubusan, tulad ng ngayon ay lubos na nakikilala
ako ng Diyos. Tatlong bagay ang mananatili
magpakailanman—pananampalataya, pag-asa, at
pag-ibig—ang pinakadakila sa mga ito ay ang pag-
ibig."*

*1 Mga Taga-Corinto 13:9 (NLT) "Ngayon ang ating
kaalaman ay bahagyang at hindi kumpleto, at
maging ang kaloob ng propesiya ay nagpapakita
lamang ng bahagi ng buong larawan."*

Kahit si Paul ay hindi inangkin na alam niya ang lahat, ngunit ibinahagi niya ang kanyang nalalaman at binago ang mundo dahil dito. Kahit na alam ko ang lahat, na hindi ko alam, maraming bagay ang hindi maipaliwanag. Masyadong marami ang mga espiṛituwal na konsepto at kalaliman para mahawakan ng ating utak ng gisantes, at idinisenyo itong maging ganoon. Kami ay gisantes-na-utak na nangunguna sa gisantes-na-uta. Kapag nakita mo ang katotohanan ng ating napakahusay na estado ng pagkatao, talagang inaalis nito ang presyon sa pagsisikap na malaman ang lahat ng ito. Kaya, punta tayo sa hindi gisantes-na-utak at ikasaya ang sayang ng pag-ibig na sinalihan mo!

Noong bata pa ako, asawa, at abala... Ibig kong sabahin ABALA sa pagiging pastor ng bata, nakikipagbuno ako sa kung gaano karaming oras ang gugugol sa Diyos. Ito ay bago ko nalaman ang tungkol sa puno ng buhay at na "dapat" ay isang demonyo, ngunit ito pa rin ang humantong sa akin sa isang pagbabago-buhay na pakikipagtagpo kay Yahweh. Tinanong ko si Tatay, "Gaano karaming oras ang dapat kong gugulin sa iyo bawat araw? Si David Hogan ay gumugugol ng 4 na oras sa isang araw at si Heidi Baker ay gumugugol ng 6 na oras bawat araw sa lihim na lugar kasama ka. Kung ako ay nakaupo sa kawalang-hanggan, pagkatapos ay mayroon tayong lahat ng kawalang-hanggan na magkasama, tama ba? Ilang oras (sa aking pag-iisip—ilang oras ng nawalang tulog) ang dapat kong gugulin kasama Ka sa isang araw?"

Tinawanan ako ni Yahweh at sinabing, "Oh? Sa palagay mo hindi ka magiging abala sa kawalang-hanggan?" Ipagtatanggol ko na sana ang sarili ko nang ipakita sa akin ni Yahweh itong hindi kapani-paniwalang larawan ng Langit. Ito ay tulad ng isang walang kamali-mali na pugad na puno ng kaluwalhatian, walang hangganang kagalakan, lubos na kapayapaan, at sa perpektong ritmo. Napakaraming dapat gawin, napakaraming misyon at pakikipagsapalaran at mga lugar na dapat galugarin. (Walang nakaupo sa mga ulap na tumutugtog ng mga arpa!) Ipinaliwanag ni Yahweh, "Kahit sa kawalang-hanggan, may abala. Walang inip dito, at may mga walang katapusang bagay na magagawa mo. Kahit dito, sa labas ng panahon, bihirang lumayo ang mga tao at hanapin Ako sa lihim na lugar." Pagkatapos ay ibinalik ni Yahweh ang lambong ng laman sa Kanyang puso upang ipakita sa akin ang pinakamatalik na lihim na lugar sa Kanyang puso. Wala pang isang dakot na tao ang kasama Niya sa lugar na iyon. Sa lahat ng nilalang sa Langit, nadurog ang puso ko na makitang kakaunti ang naglalaan ng oras para makaalis sa lihim na lugar. Alam kong ang lihim na lugar ay isang imbitasyon para sa lahat at walang paghatol laban sa mga hindi pumili nito. Gustung-gusto ni Yahweh ang ating kaloob na malayang pagpapasya, at sa Langit, walang "dapat" o pagkondena. Habang tinatanggap ko ang katotohanan na palaging magkakaroon ng abala kahit sa kawalang-hanggan, nagpatuloy si Yahweh, "Jessica, ang tanong ay hindi kung gaano karaming oras "dapat" ang igugol mo sa akin. Ang tunay na tanong ay kung gaano sa Akin ang gusto mo?" Ibinuka ni Yahweh ang Kanyang mga bisig nang malawak sa isang paanyaya, ang mga mata ng apoy ay nagpapakilos sa pinakabuod ng aking pagkatao. Napalunok ako sa tanong at sa nakita ko. Sumagot ako, "Gusto kong maging adik para sa Inyong Presensya. Gusto kong ako ang magministeryo sa Iyong Puso. Aalis ako sa lihim na lugar at mananatili sa Iyo doon. Gusto ko kayong lahat." Ngumiti si Yahweh at ako ay nagbago magpakailanman.

Kaya, gaano karami kay Yahweh ang gusto mo? Upang makuha ang Kanyang puso, kailangan muna nating ibigay sa Kanya ang atin. At kung gaano natin ibinibigay sa Kanya ang ating puso, ito rin ang sukat na ibinibigay ni Yahweh sa atin. Siya ang unang nagmahal sa atin at inaalok muna ang Kanyang puso, ngunit kailangan natin Siyang piliin at buksan ang pinto para papasukin Siya. Walang paghatol; ikaw ay tunay na malaya na pumili kung magkano at gaano kalalim ang gusto mong puntahan. Bawat isa ay nasa ating personal at magandang paglalakbay kasama si Hesus. Ito ay isang ligaw, kakaiba, at kahanga-hangang pakikipagsapalaran kung saan kami ay iniimbitahan at magpasya kung gaano karami ang gusto namin.

Sana ay mapasigla ka ng aklat at seryeng ito sa iyong paglalakbay kasama si Yahweh. Hindi ito madali, ngunit ito ang pinakakahanga-hangang bagay sa buong sansinukob. Ang simula ay ang pinakamahirap kaya huwag sumuko. Si Hesus ay mapagkakatiwalaan, tapat, at sapat na malaki. Isang huling pabuya, mas mabilis at mas malalim tayong sumuko, mas mabilis at mas buong tagumpay ang makikita natin. Sasabihin kong pinagpala, ngunit pinagpala ka na! Kaya sa halip, sasabihin ko bilang pagtatapos, "Ang pinakamahusay ay darating pa. Maligayang pagsasayaw."

MGA KASANGKAPAN PARA SA PATULOY NA PAGLALAKBAY

Mga Libro: Mahusay ang mga papel na kopya, ngunit marami sa mga aklat na ito ay mas mura sa paningasan.

Sonship and undoing religion
- Divine Adoption - Jesudian Sylvester
- Swallowed up by life – Jesudian Sylvester
- Legacy of Sonship - Ricky Nieuwenhuis
- The Shack- William Paul Young
- Treasures of Darkness III Part 1: Foundations of a Transcendent Life—Joseph Sturgeon

Inner Healing
- Emotional Healing in 3 Easy Steps - Praying Medic
- Heart Made Whole - Christa Black

Seeing in the Spirit
- Seeing in the Spirit Made Simple - Praying Medic

YouTube Videos: Search these titles on YouTube to find the videos.

- **Living from Heaven Chris Blackeby**

  Ito ay lubos na nagpapalaya para sa sinumang gustong umalis sa relihiyon at mas maunawaan ang pagkakakilanlan. Ang sermon na ito ay paulit-ulit kong pinakinggan kaysa sa ibang sermon!

  https://www.youtube.com/h?v=LNxMVsqhQTO&list=PLpVBWInJzRDIpH CIQDWue1 dBUmlyL3wB&index=2&t=1233s

- **Foundations by Jesudian Sylvester**

  Ito ay isang 10-bahaging serye sa mga pundasyon ng ebanghelyo. Siya ay isang MABUTING guro at ganap na nagde-deconstruct ng relihiyosong ebanghelyo. Lubos kong inirerekumenda ito sa bawat mananampalataya! https://www.youtube.com/st?list=PLjzPWhJn4GdUTzIsY3CEGGSO2bGFluNtk

- **Sonship, Identity, and Maturing**
  Dan Mohler's- The truth, Faith, Deliverance

  Ang sermon na ito ay isang kahanga-hanga, siksik na pagtuturo sa katotohanan ng ebanghelyo at pagpapalaya sa ating mga puso mula sa pagkaalipin! https://www.youtube.com/watch?v=LpVBWInJzRDBXwkvarHvhbiLrHBRXz93&inde=3

- **How to detox your brain Part 1 and Part 2**
  Ang paglinis ng iyong isip kasama si Caroline Leaf ay isang makapangyarihang pagtuturo sa utak at pag-unawa sa pangangailangang panumbalikin ang isip at kung paano nakakaapekto ang mga saloobin sa iyong pisikal na utak. Nagtuturo siya ng mas teknikal at siyentipikong istilo na nakakatulong sa maraming tao. https://www.youtube.com/watch?v=Ea8pHeetkgo

- **Start in rest - Chris Blackeby**
  Ang sermon na ito ay kahanga-hanga sa paghiwa-hiwalay ng kung ano ang pahinga at kung paano mamuhay sa PAGPAPAHALAGA na mayroon si Hesus para sa atin. https://www.youtube.com/watch?v=mST3qX9_list=PLpVBWInJzRDIpHCIQDWue1dBUmlyL3wB&index=1&t=4016s

- **Sons live by the goodness of God Chris Blackeby**
  Tinutulungan ng sermon na ito na ilipat ang ating puso mula sa mga ulila patungo sa mga anak na lalaki! https://www.youtube.com/watch?v=mxYiVBIL4oM

MGA TULA NG ISANG NAGMAMAHAL KAY HESUS

Ang bahaging ito ay ilan lamang sa mga tula/awit na aking naisulat sa mga nakaraang taon. Ang mga ito ay napakalapit sa aking puso at napakapersonal sa akin, ngunit nadama kong tinanong ni Yahweh kung ibabahagi ko sila. Kaya, ako ay atubili na sumunod. Nagtitiwala ako na magmiministeryo sila sa iyo tulad ng ginagawa nila sa akin.

Ang unang tula ay isinulat habang ako ay nagpapagaling mula sa aking pagkalaglag. Napakapersonal nito sa akin, ngunit ibinahagi ko ito sa pag-asang makakatulong ito sa mga nagdadalamhati na mahanap si Yahweh sa kanilang sakit. Pinili ko Siya at ngayon ay buo na dahil sa Kanya. Maaari kang maging buo sa iyong katawan at puso kahit na matapos ang isang malaking trahedya. Siya ang ating dakilang mang-aaliw at ating manggagamot. Nawa'y buo muli ang mga nawalan.

Sira patungo sa Buo
Sa gitna ng pagkasira ng puso
Sa gitna ng lahat ng mali
Pinagmamasdan kita, Hesus
Aking lakas, aking tagapagpagaling

Naghihintay ako para sa aking sanggol
Ang sakit ay tila sobrang hirap tanggapin
Ngunit tinitingnan ko ikaw Hesus
Aking lakas, aking tagapagpagaling

Isang milyong tanong ang umaalug-alog sa aking isipan
Upang alikabukin ang aking pusong puno ng sakit
Nagpasiya akong hindi maligaw sa lahat ng ito
Sa halip, tinitingnan ko ikaw Hesus
Aking lakas, aking tagapagpagaling

Kailan titigil ang unos na ito?
Wala akong magagawa
Kaya sa halip na humiwalay
Tinitingnan ko ikaw Hesus
Aking lakas, aking tagapagpagaling

Alam kong hindi mo ito gustong mangyari
Alam kong hindi mo ito dulot
Kaya't pinipili kitang kasama, at umiiyak kasama mo
Tinitingnan ko ikaw Hesus
Aking lakas, aking tagapagpagaling

Ikaw lamang ang makapagpapagaling
Ikaw lamang ang makapagpapakalma sa unos
Ikaw lamang ang daan mula sa aking malalim na pag-aalala

Kaya't inilalaan ko ang lahat sa iyo

Ibinibigay ko sa iyo ang aking sakit
Ibinibigay ko sa iyo ang aking sanggol

Tinitingnan ko ikaw Hesus
Aking lakas, aking tagapagpagaling

Ang Awit ng Naglalakbay na Minamahal

Ang minamahal ko ay tumatawag sa akin
Ang aking kaluluwa ay nagigising
Naririnig ko ang boses ng Pag-ibig na tumatawag sa akin

Siya'y tumatawag mula sa ilang
Sinasabi, darating ka ba?
Ang halaga ay ang lahat
Darating ka pa rin ba?

At umiiyak ako ng oo, aking walang hanggang oo!
Ang lahat ng ako ay iyo
Hindi na ako sa sarili ko

Ang lihim na lugar ay tumatawag sa akin na pumunta
Tinawag mo akong kaibigan
Tinawag mo akong minamahal mo

Lubos na magkakapit, lubos na sumusunod
Sa kabila ng aking mga takot at ng aking mga pader
Kahit ano ang halaga

Ako'y darating at ako'y nawawala
Ang ilang ay hindi isang ilang
Ako ay sinasalubong ng Pag-ibig

Ako'y nadadala
Ako'y nawawala sa kanyang titig
Lahat ay naglalaho

Ako'y sumali sa walang hanggang sayaw ng pag-ibig
Nawawala sa walang hanggang kaligayahan
Ako ay nagtagumpay sa tulong ng Pag-ibig

Pinipili Kita

Sa kabila ng aking nararamdaman
Sa kabila ng aking mga tanong
Sa lahat ng iyon, pinipili kita

Sa mga oras ng kasaganaan
Sa mga oras ng pagkawasak
Sa lahat ng iyon, pinipili kita

Kahit na ang sakit ay nagbibintang sa iyo
Kahit na hindi kita nakikita
Sa lahat ng iyon, pinipili kita

Sa kalusugan at sa karamdaman
Sa yaman o sa kahirapan
Higit pa rito, pipiliin pa rin kita

Saan pa ako pupunta?
Tanging ikaw ang may mga salita ng buhay
Wala nang ibang katulad mo

Saan pa ako pupunta?
Tanging ikaw ang tagapagpagaling
Ang tanging tagapagkalinga

Kaya't inilalagay ko ang lahat
Ibinibigay ko sayo ang lahat
Naging handog na sunog
Kasama ang sakit at lahat

Pinipili kita
Ulit at ulit, pipiliin kita

Pinipili kita
Dahil ikaw ang unang pumili sa akin

Magkulay sa Labas ng mga Guhit

Dalhin mo ako sa gilid ng aking sarili,
Gusto kong mawala

Gawin mo akong hindi komportable,
Gusto kong malaman ang iyong puso
Kuwentuhin mo ako at saksakin mo ako,
Gusto ko lang ikaw

Buwagin ang lupa,
gibain ang mga pader
Ako'y handa sa gulo,
Gusto ko ang lahat

Walang pigil, walang takip,
Labas sa kahon

Magkulay sa labas ng guhit,
Magkulay sa akin
Magkulay sa iyo
Magkulay sa labas ng mga guhit

MGA PAHINTULOT NG KASULATAN

Ang mga kasulatan ay kinukunan ng mga bahagi mula sa limang pangunahing pagsasalin:

- Berean Study Bible (BSB)
- English Standard Version (ESV)
- New Living Translation (NLT)
- Amplified Bible (AMP)
- The Passion Translation (TPT)

Ang mga pahintulot ay ang mga sumusunod:

TUNGKOL SA MAY-AKDA

Si Jessica ay walang sino man mula sa kahit saan, ngunit natuklasan niya na siya ay isang anak ng Diyos! Sa mga taon, siya ay naglakbay sa pagtuklas ng kanyang pagkakakilanlan at pagpapalalim ng personal na pagkakaibigan kay Hesus... at ngayon siya ay tumutulong sa iba na gawin ang pareho!

Seraph**Creative**

Heaven's Heart for Earth

Seraph Creative ay isang kolektibo ng mga artista, manunulat, teologo at mga ilustrador na nagnanais na makita ang katawan ni Kristo na lumaki sa ganap na paggulang, naglalakad sa kanilang mana bilang mga Anak ng Diyos sa Lupa.

Mag-palista sa aming pahayagan para malaman ang tungkol sa kapana-panabik na mga ilalabas sa hinaharap.

Bisitahin ang aming pahinarya:

www.seraphcreative.org

www.ingramcontent.com/pod-product-compliance
Lightning Source LLC
Chambersburg PA
CBHW051221120626
46547CB00013B/1453